கதைப்போமா

(பகுதி−I)

அர்விந்த் நாராயணன்

கதைப்போமா (பகுதி – I)
கதை
ஆசிரியர் : அர்விந்த் நாராயணன் ©
முதல் பதிப்பு : ஜூலை 2022
வெளியீடு : ஏலே பதிப்பகம்
5/175, பாத்திமா நகர், கூத்தென்குழி,
திருநெல்வேலி - 627104
தொடர்புக்கு : +91 9944992571

Kadhaipoma (Part- I)
Story
by Arvind Narayanan ©
First Edition : July 2022
Pages: 115
ISBN : 978-93-5533-452-7
Aelay Publish
Contact : +91 9944992571
Designed by : Bookshow.in

உள்ளடக்கம்

1

ஒண்டிக்குடுத்தனமும் பரமசிவமும்

மேற்கு மாம்பலத்தில் 1980களில் அது ஒரு ஒண்டி குடித்தனம் வீடு, ஒரே கட்டிடத்தில் ஏழு வீடுகள் 500 அல்லது 600 சதுர அடியில். பரமசிவம் & பார்வதி புதிதாக திருமணம் ஆகி மூன்று மாத கை குழந்தையுடன் காரைக்குடியிலிருந்து வந்து இறங்கினார்கள். முன் தொகை 5000 கொடுத்து 1000 ரூபாய் வாடகைக்கு குடியேறினர், பரமசிவத்துக்கு சைதாப்பேட்டையில் உள்ள தனியார் அச்சகத்தில் வேலை. நேரம் கிடைக்கும்போது கதை எழுதுவது, அக்கம் பக்கத்தினர் பிரச்சனைகளை இழுத்துப்போட்டு பஞ்சாயத்து பண்ணுவது இதான் இவர் வாடிக்கை.

சொந்த வீடு வாங்குவது என்பது இவரின் வாழ்நாள் கனவாகவே இருந்தது.

பரமசிவம் குறைவான சம்பளத்தில் குடும்பம் நடத்த வேண்டும் என்று நினைப்பவர் ஆனால் அவரின் வாடகை வீடோ அவரை செலவு செய்ய வைத்து கொண்டே இருக்கும், தண்ணி வராமல் இருக்கும் அல்லது குழாய் பழுதடையும், தரை சிமெண்ட் பேத்து கொண்டு வரும், சுவரில் தண்ணீர் ஒழுகும், அல்லது தண்ணீர் தொட்டி தொல்லை கொடுக்கும், கரையான், கரப்பாண்பூச்சி, ஈசல், எலி, பெருச்சாளி தொல்லைகள் இருக்கும், வீட்டு உரிமையாளரிடம் கேட்டால் சரி செய்து தர மாட்டார்,

எல்லா செலவும் இவர் தலையில் தான் வந்து விழும்.

இவ்வளவு பிரச்னையிலும் வாடகை ஏற்றுவதால் வீட்டு உரிமையாளரிடம் எப்போதும் சண்டை வந்து கொண்டே இருக்கும். அப்படியும் பத்து வருடம் ஒட்டியாச்சு மகன் வளர தொடங்கிவிட்டான் ஆனாலும் வாடகை வீடு பிரச்சனை மட்டும் ஓயவே இல்லை. ஒரு கட்டத்தில் சலித்து போய் அதே காம்பௌண்டில் வேறு வீட்டுக்கு குடியேறினார். அந்த வீட்டை விட்டு வெளியேறும்போதும் அவர் செலவில் பெயிண்ட் முதற்கொண்டு அடித்து கொடுத்து தான் வெளிய வர முடிந்தது.

இரண்டாவது வீடு கொஞ்சம் ராசியாக இருந்தது, அந்த வீட்டுக்கு வந்த நேரம் அவருக்கு சம்பளம் கூடுதல் ஆனது, வருமா வராதா என்று நிலுவையில் இருந்த அவர் பூர்வீக சொத்து பணமாக வந்தது, இந்த வீடு வந்த ராசியாவது சொந்த வீடு வாங்கும் யோகம் வரும் என்று முடிவாக இருந்தார். அவர் வீட்டை சுற்றியுள்ள குடும்பத்திற்கு கல்யாணம், கருமாதி, வளைகாப்பு எல்லாவற்றிக்கும் இவர் வீட்டில் தான் சாப்பாடு நடக்கும். அந்த கட்டிடத்தில் வக்கீல், பூசாரி, தோட்டக்காரன், வாட்ச்மன் எல்லாமே அவர் தான். அந்த கட்டிடத்தில் பிரபலமான ஆளாகவே வளம் வந்தார் பரமசிவம்.

காலங்கள் ஓடியது மகன் சேகரும் அடுத்த அடுத்த வகுப்பு படித்து கொண்டிருந்தான். அவருக்கு கதை எழுதுவது தீராத ஆசை. நேரம் கிடைக்கும்போதெல்லாம் கதை, கவிதை என்று எழுதி பத்திரிகைகளுக்கு அனுப்பி பார்த்தார் கடந்த பத்து வருடம் இவருக்கு இதான் பகுதி நேர வேலையாக இருந்தது, அவர் அனுப்பிய எதுவும் பிரசுரம் ஆனதில்லை, கதைகள் பிரசுரம் ஆவதற்காக செலவு செய்து வறுமை கோட்டின் விளிம்பிலேயே இருந்தார். ஒரு நாள் அவர் மனைவி பார்வதி உடல் நல குறைவால் இறந்து போக, அந்த வீட்டில் அவர் மனைவி ஞாபகம் அவரை வாட்டி எடுத்தது என்று மீண்டும் வீட்டை மாற்றலானார்.

கடந்த 20 வருடத்தில் சொந்த வீடு கனவு, கனவாகவே
இருந்தது.

மகனோடு இரண்டு தெரு தள்ளி மீண்டும் ஒரு ஒண்டி
குடித்தனம் புகுந்தார், இப்போது சேகர் கல்லூரியில் படிப்பு
முடிவில், சிறு சிறு பகுதி நேர வேலை ஒரு சினிமா
கம்பெனியில் பார்த்து கொண்டு அப்பாவும், மகனும்
குடும்பத்தை ஓட்டினர். சேகர் வேலை பார்த்த சினிமா
கம்பெனி அவன் வேலை பிடித்து போய் உதவி
இயக்குனராக ஒருவரிடம் சேர சொல்ல, அங்கே
ஆரம்பித்தது அவர்கள் வாழ்க்கையின் ஏறுமுகம்.

ஒரு படம் வேலை செய்துவிட்டு அடுத்த படம் கதை
விவாதத்தில் கதை சரியாக அமையவில்லை என்று
இயக்குனர் கடுப்பில் இருந்த போது சேகர் பரமசிவம்
எழுதிய கதை கொடுத்து படிக்க சொன்னான், கதையில்
ஆர்வமான இயக்குனர் அதையே படமாக எடுக்க, படம்
பட்டி தொட்டி எங்கும் வெற்றி. இப்போது சேகர் இயக்குனர்
அவதாரம் எடுத்து அவன் அப்பா பரமசிவம் எழுதிய கதை
ஒவ்வொன்றாக படமாக எடுக்க தொடங்கினான், தொடர்ந்து
ஐந்து படங்கள் வரலாறு காணாத வெற்றி.

பரமசிவத்தை கையில் பிடிக்க முடியவில்லை, அவர்
வேலையை விட்டார் அவரிடம் கதை கேட்டு வர கூட்டம்
அலை மோதியது. காசு சேர ஆரம்பித்தது அவர் ஆசை
ஆசையாக நினைத்த கனவு இல்லத்தை 1500
சதுர அடியில் கட்டி முடித்து குடியேறினார். வீட்டை கட்டி
பார், கல்யாணத்தை பண்ணி பார்ன்னு பெரியவங்க
சும்மாவா சொன்னாங்க!! சொந்த வீட்டில் சௌக்கியமாக
வாழ தொடங்கினார்.

ஐந்து படத்திற்கு பிறகு தொடர்ந்து மூன்று படம்
தோல்வியாக, அவரின் ஏறுமுகம் சற்று இறங்குமுகம் ஆக
ஆரம்பித்தது. இப்போது ஒண்டி குடித்தனத்தில் தான் சந்தித்த
மக்களையும் அவர்கள் பிரச்சனையும் வைத்து

நடைமுறைக்கு ஏற்றாற்போல் கதை எழுதி கொடுத்தார். சேகர் இயக்கத்தில் பரமசிவம் கதையில் வெளிவந்த படங்கள் அனைத்தும் மீண்டும் முன்பை விட அதிகமாக திரை அரங்குகளில் விழா கோலம் ஆனது. தயாரிப்பாளர்கள் வரிசை கட்டி காசு கொடுத்தனர்.

அளவுக்கு அதிகமா காசு சேர, பரமசிவம் இப்போது நான்கு அடுக்கு மாடி குடியிருப்பு கட்டி வாடகைக்கு விடலானார். இப்போது பரமசிவம் பல வீட்டுக்கு உரிமையாளர், வாடகை வீட்டில் அவர் பட்ட கஷ்டங்கள் வராமல் இருக்க பார்த்து கொண்டாலும், புதுசு புதுசாக காலத்திற்கு ஏற்ற மாதிரி வாடகை வீட்டில் வசிப்பவர் ஏதாவது குறை சொல்ல அதை கண்டுகொள்ளாமல் உரிமையாளர் இருக்க என்றே போனது பரமசிவத்துக்கும்.

என்ன தான் ஒண்டி குடித்தனத்தில் வாழ்ந்தாலும் அப்போது வாழ்ந்த அந்த சந்தோஷம், நட்பாக பழகிய மக்கள் இவை அனைத்தையும் பரமசிவதால் மறக்க முடியவில்லை.

வாடகைக்கு வசிப்பவராக இருந்தாலும், வீட்டின் உரிமையாளராக இருந்தாலும் நிறை குறை இருக்கத்தான் செய்கிறது எக்காலமும்!!

2

மலையுச்சியில் கோபிகா!

கொடைக்கானல் - எங்கும் பனி மூட்டத்துடன், மேகங்கள் நம்மை கடந்து சென்று கொண்டே இருப்பது போல் ஒரு இயற்கை ரம்மியமான இடம், சுற்றி நெடு நெடுவென மரங்கள் பச்சை பசேலென்று பச்சையுடன் வண்ணமயாக்கி காலை தென்றலை வரவேற்றது.

அங்கே மலையுச்சிக்கு கீழ் அடிவாரத்தில் ஒரு ஆசிரம குடில். இங்கே பல சாதுக்கள் தியான நிலையில் இருந்தனர்.அருகே ஒரு காளி கோயிலும் உள்ளது.சடையன் வந்தான் சாமி பிரம்மனை பார்க்க,

"வாப்பா சடையா என்ன இந்த பக்கம்".

"அய்யா நேத்து மொத்தம் நாலு பேரு என்று இழுத்தான்......"

" எங்கே இருக்கு?"என்றார் பிரம்மன்.... மேலே தான் 4 கிலோமீட்டர் தாண்டி உச்சிக்கு கீழ இருக்கு என்றான் சடையன்.

"சரி நீ போ நான் வரேன்...."

சடையன் போக அவனை பின் தொரடர்ந்தார் பிரம்மன், மலை செங்குத்தாக மேலே ஏறியது, சடையன் கடினமாக

ஏற, பிரம்மன் மூச்சு பயிற்சி பெற்றதால் இலகுவாக ஏறினார்.

சடையன் சொன்ன இடத்திற்கு வந்து சேர அங்கே நான்கு பிணங்கள், இரண்டு ஆண், இரண்டு பெண் சடலங்களாக இருந்தன. பிரம்மன் வாயில் முணுமுணுத்தபடி ஏதோ மந்திரங்கள் சொல்ல, அந்த நான்கு பிணங்களுக்கு நெருப்பு ஊட்டினான் சடையன், நான்கு பிணங்கள் கொழுந்துவிட்டு எரிந்தது.
நான்கு மணி நேரம் அங்கேயே காத்திருந்து சாம்பலை எடுத்து நான்கு மண் சொம்பில் (அவரவர்) போட்டு துணியால் இறுக்க மூடி தாயத்து கட்டி சில மந்திரங்கள் சொல்லி சடையனிடம் கொடுத்தார்.

அவன் மேலே ஏற்கனவே இது போல் செய்து வைத்த சொம்புகள் இருக்கும் இடத்து அருகில் வைத்துவிட்டு வந்தான். கீழே இறங்கி ஸ்நானம் பண்ணிவிட்டு ஆசிரமத்துக்கு கிளம்பினார் பிரம்மன்.

தற்கொலை செய்துகொள்ளும் பிணங்களை நல்ல முறையில் அடக்கம் செய்து அவர்களின் தீய ஆவிகளை அடக்கி ஒரு சொம்பில் அடைத்து வைப்பார்கள், இந்த ஆவிகளால் மலை வாழ் மக்களுக்கு ஏதும் தொந்தரவு இல்லாமல் இறுக்க சடையன் பொறுப்பில் பல காலமாக நடந்து வருகிறது, சடையன் மலை வாழத்தான், மலையுச்சியில் இருந்து விழும் பிணங்களை எடுத்து வருவது இவன் வேலை, போலீஸிடம் ஒப்படைப்பான், யாரும் வந்து பிணத்தை வாங்காதவர்களின் பிணத்தை இப்படி எரிப்பது வழக்கம்.

கொடைக்கானல் - தற்கொலை பகுதி இதற்கு 1 கிலோமீட்டர் அருகில் ஒரு வீட்டில் புதிதாக குடியேறினான் கண்ணதாசன். இவன் கொடை சர்வதேச பள்ளியில் கணக்கு ஆசிரியர். கன்னியாகுமரியை சேர்ந்த இவன் அங்கிருந்து இங்கு குடி பெயர்ந்தான், இங்கே நல்ல பள்ளி, அதிக சம்பளம் என்றதால் வந்திருந்தான், இன்னும் திருமணம் ஆகவில்லை வயது 33 ஆகிறது.

நாளை அவன் ஐந்து நண்பர்கள் ஈஸ்வர், எட்வர்ட், சுருளி ராஜன், விஜயராஜ் & முகமது ஜெமீல் அவனை பார்க்கவும், ஊரை சுற்றி பார்ப்பதற்காக வருகின்றனர்.

அடுத்த நாள் காலை அவரகள் அனைவரும் வந்திறங்கினர்.....

ஈஸ்வர்: மச்சான் எப்படி இருக்க, வருஷங்கள் ஆச்சு, ஜெமீல் கல்யாணத்து அப்போ பார்த்தது.

கண்ணதாசன்: நல்லா இருக்கேன், நீங்க எல்லாரும் எப்படி இருக்கீங்க? குடும்பத்தோட வாங்கன்னு சொன்னா, எல்லாரும் தனியா வந்திருக்கீங்க.

எட்வர்ட்: அட யாருடா இவன் இன்னும் மாறவே இல்லை. தனியா வந்தா தான் சரக்கு அடிச்சிட்டு சந்தோஷமா இருக்க முடியும்.

ஈஸ்வர்: நான் ஏற்கனவே இரண்டு தடவை குடும்பத்தோட வந்திருக்கேன், இப்போ பசங்களோட ஜாலியா இருக்க தான் வந்திருக்கேன்.

ஜெமீல்: சரி பா, உன்னை பார்க்க வந்திருக்கோம் வந்தவர்களை கவனிக்க மாட்டுறியே நீ.

விஜயராஜ்: என்ன கண்ணதாசா எதுமே தெரியாத மாதிரி முழிக்கற. நண்பன் சரக்கு கடை எங்கேன்னு கேட்கிறான்.

கண்ணதாசன்: காலங்காத்தாலயே வா, இப்போ குளிச்சிட்டு வாங்க வெளிய போவோம் ராத்திரி பாத்துக்கலாம்.

அனைவரும் குளித்துவிட்டு வெளியே கிளம்பினர், நேராக கொடை ஏரிக்கு போனார்கள், அங்கே நன்றாக சிரித்து பேசி போட்டோ எடுத்துவிட்டு ஷோலா அருவிக்கு சென்றார்கள் நன்றாக மூன்று மணி நேரம் அருவியில் குளித்து கொட்டம் அடித்துவிட்டு கிளம்ப மதியம் ஒரு மணி ஆனது அருவியில்

 கதைப்போமா

குளித்ததால் அனைவருக்கும் கொலை பசி, ஒரு நல்ல ஹோட்டல் சென்று வயிறு முட்ட சாப்பிட்டனர். கண்ணதாசன் வீட்டுக்கு சென்று எல்லோரும் உறங்கிவிட்டனர். அருவியில் ஆடிய ஆட்டம் அவர்களை நன்று உறங்க வைத்தது.

மாலை 5 மணிக்கு தான் விழித்தார்கள், இப்போ அருகில் உள்ள இடம் மட்டும் பார்ப்போம் மற்ற இடம் நாளை பார்க்கலாம் என்று முடிவு எடுத்தனர். கண்ணதாசன் வீட்டு அருகில் இருப்பது கொடை தற்கொலை இடம் (Suicide Point) அங்கிருந்து 1 கிலோமீட்டர் தொலைவு மட்டுமே. நேராக அங்கே சென்று படம் பிடித்து அரட்டை அடித்தனர். அங்கே கீழே உள்ள கற்களை எடுத்து ஒருவர் மீது ஒருவர் வீசி விளையாடினர். பெரிய கற்களாக எடுத்து மேலே தூக்கி போட்டு யார் அதிக தூரம் போடுகிறார்கள் என்று பார்த்து கேளிக்கை செய்தனர்.

அவர்கள் வீசிய கற்கள் ஒன்று ஒன்றாக மேலே சென்று மலை உச்சியிலிருந்து கீழே விழுந்து மரங்களில் மீது பட்டு சில கற்கள் சிதறியது அதை பார்த்து ஆரவாரம் செய்தனர். அதில் ஒரு கல் நேராக கீழே சென்று ஒரு மண் சொம்பின் மீது மோதி மண் சொம்பு உடைந்தது, உள்ளிருந்து ஒரு கரும் புகை கிளம்ப அது சட்டென்று மேலே வேகமாக பறக்க தொடங்கியது.

இப்போது கருமேகங்கள் சூழ ஆரம்பித்தது, இடி மின்னல் இடிக்க குளிர் காற்று பலமாக வீச தொடங்கியது, ஒரு பெரிய மின்னல் அடிக்க அந்த மின்னல் வெளிச்சத்தில் இவர்கள் ஆறு பேரின் முகம் தெரிய ஓர் குரல் பெரிதாக ஓலமிட்டது போல் இருந்தது. எங்கோ நாய் ஊளையிடுது,

"மழை வர மாதிரி இருக்கு வாங்க உடனே கிளம்பலாம்" என்று கண்ணதாசன் எல்லோரையும் அழைத்து சென்றான். போகிற வழியில் மொத்தமாக சரக்கு, நொறுக்கு தீனி வாங்கி சென்றனர். கண்ணதாசன் வீட்டில் சரக்கு அடித்து கொண்டே அரட்டை அடித்தனர், நேரம் போனதே தெரியவில்லை

யாருக்கும். ஒரு அளவுக்கு மேல் போதை ஏற அனைவரும் உறங்க சென்றனர்.

எங்கும் நிசப்தமாக இருக்கிறது, சுருளி ராஜன் மெதுவாக எழுந்தான், நேராக கழிவறை சென்றான், வெளியே வரும்போது ஜெமீல் வெளிய போவது போல் இருந்தது, இந்த நேரத்தில் எங்கே போறான் என்று பின் தொடர்ந்தான், மறுபடியும் சரக்கு வாங்க போகிறானா இந்த நேரத்துல சரக்கு கடை ஏதும் இருக்காதே என்று நினைத்து கொண்டே அவனை பின் தொடர்ந்தான், வெளியே ஒரு 100 அடி தாண்டி போக..... ஒன்றும் புரியாமல்.....

சுருளி ராஜன்: டேய் ஜெமீல் எங்கேடா போற (என்று கத்தி கொண்டே இவன் பின்னால் போய் அவன் முதுகை தொட அவன் திரும்பினான் அவன் கண்கள் மூடி இருந்தது) டேய் தூக்கத்துல நடக்கிற வியாதி இருக்கா உனக்கு.

ஜெமீல்: *(கண் திறந்தான்)* என்னை ஏன்டா இப்படி பண்ணீங்க?

சுருளி ராஜன்: யாரு என்ன பண்ணா? என்னடா உளர? வாடா வீட்டுக்கு போவோம்.

ஜெமீல் கையை பிடித்து இழுக்க அது தனியாக வந்தது.....சுருளி ராஜன் திடுக்கிட்டு பார்க்க....

ஜெமீல் வாயில் இருந்து ரத்தம் வழிந்தது.....ஏதோ விபரீதம் என்று பயந்து ஓட நினைக்க....அந்த கை ஜெமீல் கையோடு ஒட்டி கொண்டு நீண்டு வந்து சுருளி ராஜனை பிடித்தது, அவன் குரல் வெளியே வரவில்லை தர தரவென்று அவனை இழுத்து சென்றது.

நேராக மலையுச்சி தற்கொலை இடத்திற்கு *(Suicide Point)*.

சுருளி ராஜனுக்கு உயிர் மட்டும் இருந்தது ஆனால் வேறு

 கதைப்போமா 

எதுவும் அசையவில்லை அவன் உடலுக்குள் ரத்த ஓட்டம் தாறுமாறாக எகிறியது. ஜெமீல் உடம்பில் இருந்து ஏதோ ஒரு புகை வெளியே வந்தது, ஜெமீல் சுய நினைவுக்கு வந்தான், "மச்சான் சுருளி இங்கே எப்படா வந்த, நாம எப்படி வந்தோம்?" என்று கேட்க, மின்னல் அடித்தது அதில் ஒரு முகம் தெரிய இரண்டு பேரும் நீ.....நீ.....நீ...... என்று அலறினர் அந்த உருவம் வேகமாக அவர்களை தள்ளி விட இருவரும் தாவி மலையுச்சியில் இருந்து விழுந்தனர்.

அடுத்த நாள் பொழுது விடிந்தது, 7 மணிக்கு விஜயராஜ் ஹால் சோபாவில் பல் விளக்கி விட்டு வந்து உட்கார்ந்து இருந்தான், ஈஸ்வர் எழுந்து வர.....

ஈஸ்வர்: இங்கே என்னடா பண்ற, சுருளியும், ஜெமீலும் எங்க?

விஜயராஜ்: தெரியல மச்சி, காலைல எழுந்து பார்த்தேன் இரண்டு பேரும் காணோம். சரக்கு வாங்க போயிருக்கானுங்க போல இல்லை டீ சாப்பிட போயிருப்பான். நமக்கும் வாங்கிட்டு வருவான். கதவு திறந்து போட்டுதான் போயிருக்கான்.

ஈஸ்வர்: டீ இங்கேயே போட்டிருக்கலாமே.

விஜயராஜ்: கண்ணதாசனும் நம்ம கூட தானே படுத்தான் எதுக்கு காலங்காத்தால தொந்தரவு பண்ணிட்டு, வருவாங்க.

சில மணி நேரத்தில் கண்ணதாசன், எட்வர்ட் எழுந்து வந்தனர், ஒரு மணி நேரம் ஆனது, இரண்டு மணி நேரம் ஆனது ஜெமீலும் சுருளி ராஜலும் வரவில்லை...

கண்ணதாசன்: எங்கேடா போய் தொலைஞ்சாங்க, என்னை எழுப்பி இருக்கலாமே, பக்கத்துல எங்கே கடை இருக்கு கூட தெரியாது அவங்களுக்கு.

ஈஸ்வர்: போன் கூட இங்கே தான் இருக்கு, அப்படி எங்கே

போனாங்க.

எட்வர்ட்: *சுருளி தான் எங்கேயாவது கூட்டிட்டு போயிருப்பான், அவன் பொண்டாட்டிக்கு டீ, சாக்லேட் வாங்கனும் சொல்லிட்டு இருந்தான் நேத்து.*

மணி 11 ஆனது இன்னும் வரவில்லை

விஜயராஜ்: *டேய் இதுக்கு மேலே காத்திருக்க வேணாம், நாம ஊரு சுத்த போலாம் அவங்க வந்தா வெளியே இருக்கட்டும். சாப்பிட வரும்போது பார்க்கலாம்.*

நான்கு பேரும் ஊர் சுற்ற கிளம்பினர், நேராக pillar rock சென்றனர். பேசிக்கொண்டே நடக்கையில் எட்வர்ட் கல் தடுக்கி கீழே விழ தடுமாறினான், உடனடியாக கண்ணதாசனும், விஜயராஜும் அவனை தாங்கி பிடிக்க எட்வர்ட்க்கு உயிர் போய் உயிர் வந்தது.

எட்வர்ட்: *யப்பா டேய் ஒரு மாதிரியா இருக்கு நாம வீட்டுக்கு போயிடலாம்....*

கண்ணதாசன்: *உனக்கு ஒன்னும் இல்லை தடுமாறி விழுந்ததுல பயந்திருக்க.*

விஜயராஜ்: *சரி வீட்டுக்கு போலாம் டா, அவனுக்கு பாரு காலு இன்னும் உதறுது.*

நால்வரும் மீண்டும் வீட்டுக்கு சென்றனர்....மணி 1 ஆக இருந்தது....இன்னும் சுருளியும், ஜெமீலும் வரவில்லை. நேரம் ஆக ஆக பயம் அதிகரித்தது எல்லோருக்கும். நால்வரும் அவர்களை தேடி அலைந்தனர் எங்கும் கிடைக்கவில்லை

மணி 7 ஆனது....

 கதைப் போமா

கண்ணதாசன்: நான் போலீஸ் ஸ்டேஷன் போய் வழக்கு கொடுக்கவா.

எட்வர்ட்: நமக்கு தெரியாம எங்கேயாவது ஜாலியா சுத்தறாங்க நினைக்கறேன், அப்படி மட்டும் இருக்கட்டும் வந்த உடனே அடியை மட்டும் பாரு...

விஜயராஜ்: இந்த மாதிரி சொல்லாம எங்கேயும் போனது இல்லை.

மணி ஆகி கொண்டே இருந்தது,

கண்ணதாசன் & ஈஸ்வர் தூங்க ஆரம்பித்திருந்தனர். விஜயராஜ் & எட்வர்ட் அதன் பிறகு தூங்கினர். மணி அதிகாலை 1.......

விஜயராஜ் காதில் யாரோ அவனை கூப்பிடுவது போல் இருந்தது, சட்டென்று முழிக்க ஜெமீல் குரல்.....பக்கத்தில் எட்வர்டை எழுப்ப.....இருவரும் வெளியே வந்தனர்....வெளியே ஜெமீல் குரல் மட்டும் தான் கேட்டது வெளியே வந்து பார்த்தால் காணவில்லை,

எட்வர்ட் இருடா நான் பசங்களை கூட்டிட்டு வரேன் என்று உள்ளே போக முயல ஒரு கருப்பு பூனை அவன் முன்னே ஓடியது திடுக்கிட்டு நின்றான்.....இப்போது சாலையில் ஜெமீல் நிற்பது போல் நிழல் தெரிந்தது.....கால் ஊன்றி ஊன்றி நடப்பது போல் இருந்தது...

எட்வர்ட்: டேய் விஜய் ஏதோ பிரச்சனை போல இருக்கு டா, அவன் நொண்டி ன்னு வரான் வா டா

இருவரும் ஜெமீல் இடம் ஓட....அவன் கண் மூடி இருந்தது......அவன் இரு கைகளாலும் அவர்களை பிடித்து தர தர வென்று இழுத்து கொண்டு சென்றான், கால் தரையில் படாமல் பறந்து கொண்டிருந்தனர், குரல் எழுப்ப முடியவில்லை நேராக மலை உச்சியில் சென்று கடாசியது...

என்ன நடக்கிறது என்று பார்க்க கண்களை திறந்தனர் ஒரு பெண் உருவம் அவர்கள் எதிரே வந்தது......நீ...... நீ......கோபிகா....

அந்த உருவம் அவர்கள் இருவரையும் கீழே தள்ளி விட்டது.

பொழுது விடிந்தது....ஈஸ்வர் கண்ணதாசனை அவசரமாக எழுப்பினான்.....

ஈஸ்வர்: டேய் விஜயராஜூ, எட்வர்டும் காணோம், கதவு திறந்திருக்கு.

கண்ணதாசன்: என்னடா சொல்ற இங்கே தானே படுத்திருந்தான்.

இருவரும் வெளியே தேடி பார்த்தனர் எங்கும் இல்லை.....

கண்ணதாசன்: இதுக்கு மேலே தாமதிக்க வேணாம் நாம போலீஸ் வழக்கு கொடுத்திருவோம்.

ஈஸ்வர்: சரி வா போலாம்.

போலீஸ் ஸ்டேஷனில் வழக்கு கொடுத்துவிட்டு குழப்பத்திலேயே திரும்பி வந்தனர்.....தூக்கம் வரவில்லை.....

மாலை இன்ஸ்பெக்டர் கண்ணதாசனை அழைத்தார்....

கண்ணதாசன்: சார் சொல்லுங்க.

இன்ஸ்பெக்டர்: நீங்க அரசு மருத்துவமனைக்கு உடனே வர முடியுமா?.

கண்ணதாசன்: ஏன் சார் ஏதாவது தகவல் கிடைச்சுதா?.

இன்ஸ்பெக்டர்: நீங்க உடனே வாங்க சொல்றேன்

கண்ணதாசனும், ஈஸ்வரும் அரசு மருத்துவமனைக்கு விரைந்தனர்...

இன்ஸ்பெக்டர் பிணவறைக்கு அழைத்து சென்றார்....

இன்ஸ்பெக்டர்: சந்தேக கேஸ் தான்....இதுல உங்க நண்பர் இருக்காங்களா பாருங்க.

திக் திக் என்று மனசு படபடத்தது.....உள்ளே சென்று பார்த்தால் சுருளி ராஜன், ஜெமீல், விஜயராஜ் & எட்வர்ட் பிணமாக அலங்கோலமாக இருந்தனர். கண்ணதாசனுக்கு அழுகை முட்டி கொண்டு வந்தது, ஈஸ்வர் அங்கேயே வாந்தி எடுத்தான்.

கண்ணதாசன்: எப்படி ஆச்சு சார்?

இன்ஸ்பெக்டர்: தெரியல *Suicide point* அங்கிருந்து குதிச்சிருக்காங்க, பிணமா அங்கேந்து தான் எடுத்துட்டு வந்தோம். அவங்க வீட்டுக்கு தகவல் சொல்லிடுங்க.

கண்ணதாசனுக்கு என்ன நடக்கிறது என்றே புரியவில்லை எப்படி அவர்கள் வீட்டுக்கு சொல்வது என்று தோணவில்லை, ஈஸ்வர் பேய் அறைந்தது போல் இருந்தான்.
கண்ணதாசன்: ஈஸ்வர்....என்னடா ஆச்சு???

ஈஸ்வர்: மச்சான்......(ஓ வென்று அழ ஆரம்பித்தான்) நான் உடனே ஊருக்கு போகணும் என்னை ஊருக்கு அனுப்புடா.....

கண்ணதாசன்: இவங்க வீட்டுக்கு விஷயம் சொல்லணும் டா

ஈஸ்வர்: அதெல்லாம் அப்புறம் பாரு உடனே என்னை எப்படியாது ஊருக்கு அனுப்பு.

நான் போய் என் பை எடுத்துக்கிறேன் என்று கண்ணதாசன் வீட்டிற்கு ஓட்டமாக ஓடினான். பின்னாடியே கண்ணதாசன் வண்டியில் வந்து அவனை ஏற்றி கொண்டு வீட்டிற்கு வந்தான். அவசர அவசரமாக அவன் பை எடுத்து பதட்டமாகவே கிளம்பினான் ஈஸ்வர்.....

கண்ணதாசன் வீட்டு கதவு இப்போ தானாகவே படாரென்று மூடி கொண்டது. இருவருக்கும் ஒன்றும் புரியவில்லை.... ஈஸ்வர் கத்த ஆரம்பித்துவிட்டான்.....ஐயோ நான் தெரியாம பண்ணிட்டேன் என்ன விட்று விட்று.... என்னை மன்னிச்சிரு....

கண்ணதாசனுக்கு ஒன்னும் புரியவில்லை "என்னடா சொல்ற என்ன பண்ற நீ......"

ஈஸ்வர்: மச்சான் நாங்க அஞ்சு பேரும் உனக்கு துரோகம் பண்ணிருக்கோம் டா....

கண்ணதாசன்: என்னடா சொல்ற

ஈஸ்வர்: உன் கோபிகாவை உன் கிட்டேந்து பிரிச்சது நாங்கதான் டா

ஈஸ்வர் சொல்லி முடித்ததும் அவன் கழுத்தில் யாரோ கை வைத்து அவனை தூக்கினர் அவன் அந்தரத்தில் தொங்கினான் அவன் கண்கள் சொருகி கொண்டிருந்தது....

கண்ணதாசன்: யாரது என்ன நடக்குது *(என்று கத்தினான்)* கோபிகா..... என்று கத்தினான்.

ஈஸ்வர் அந்தரத்தில் இருந்து கீழே விழுந்தான், இருமி கொண்டே இருந்தான்.......

இப்போது கோபிகா கண்ணதாசன் வீட்டு கண்ணாடியில் முழுமையாக தெரிந்தாள்.....அவளை பார்த்தவுடன்

கண்ணதாசன் கதறி அழுதான்....

கண்ணதாசன்: என்னாச்சு உனக்கு சொல்லு

Flashback விரிந்தது......

கேரளாவிலிருந்து கன்னியாகுமரிக்கு மாற்றலாகி கோபிகா குடும்பம் வந்திருந்தது, நேரடியாக கல்லூரி 2 ஆம் ஆண்டு *BE EEE* சேர்ந்தாள், மூன்றாம் ஆண்டில் கண்ணதாசனும் அவன் நண்பர்களும் படித்தனர். கோபிகாவின் அப்பா மிகவும் கடுமையானவர் அவர்கள் இருவருக்கும் எப்போதும் சண்டை நடக்கும், அவள் அப்பா சரியான சந்தேக பேர்வழி.

ஒரு அழகான பெண் கல்லூரிக்கு வந்தால் எல்லா பசங்களும் அவளை பின் தொடர்வது வேலையாக இருப்பது போல் இவளுக்கும் நடந்தது, அந்த கல்லூரியிலேயே பேரழகியாக இருந்தாள், அவளை காதலிக்க முயற்சி பண்ணாத பசங்களே இல்லை என்று சொல்லலாம் கண்ணதாசனை தவிர.....

எல்லா ஆண் கண்களும் அவள் மேல் இருக்க அவள் பார்வை முழுவதும் கண்ணதாசன் மீதே இருந்தது.....கண்ணதாசன் செல்வந்தர் வீட்டு பையன், அமைதியானவன் யார் வம்புக்கு போகாதவன் நண்பர்களுக்காக எதையும் செய்ய துணிந்தவன்,

அவன் நண்பர்கள் சுருளி ராஜன், எட்வர்ட், விஜயராஜ், ஈஸ்வர் & ஜெமீல் எல்லோரும் இவளை ஒரு தலையாக காதலிக்க தொடங்கினர்.

கண்ணதாசன் நண்பர்களுக்காக காசை வாரி இறைப்பான், ஒரு கட்டத்தில் அவர்கள் ஐவருக்கும் கோபிகா கண்ணதாசனை விரும்புவது தெரிய வந்தது, கண்ணதாசனும் அவளை அவர்களுக்கு தெரியாமல் விரும்புவது தெரிந்தது. அவர்களால் தாங்க முடியவில்லை என்ன செய்வது என்று யோசித்தனர்.

அப்போது தான் தொழிற் பயிற்சிக்காக கொடைக்கானல் போவதாக இருந்தது கல்லூரியில். ஏழு நாள் சுற்றுலா கூடவே படிப்புக்கும்.எல்லோரும் பஸ்சில் போகும்போது கண்ணதாசனும் கோபிகாவும் பார்வையிலேயே காதல் கொண்டிருந்தனர்.

முதல் மூன்று நாட்கள் படிப்பு விஷயமாக போனாலும், நேரம் கிடைக்கும்போதெல்லாம் கண்ணதாசனும், கோபிகாவும் யாருக்கும் தெரியாமல் சந்தித்தனர்.

அடுத்த மூன்று நாட்கள் ஊர் சுற்றும்போதும் அருகில் அருகில் நின்று பார்த்து கொண்டே காதலிக்க தொடங்கினர் கண்ணதாசனும், கோபிகாவும்.
இதையெல்லாம் பார்த்து எரிச்சல் அடைந்த அவன் நண்பர்கள் அன்று இரவு ஹோட்டல் வெளியே பின் பக்கம் ஒரு திட்டம் போட்டனர்.

எட்வர்ட்: டேய் இப்படி லட்டு மாதிரி கொத்தாக தூக்கிட்டானே கண்ணதாசன்.

ஜெமீல்: பணக்கார வீட்டு பையன் தானே, இந்த பொண்ணை எனக்காக விட்டு தரலாம்ல.

விஜயராஜ்: அவனுக்கு எங்கேயோ மச்சம் இருக்கு, அவனுக்கு தான் நல்ல பொண்ணு கிடைக்குது.

சுருளி ராஜன்: எல்லா நல்லதும் அவனுக்கே நடந்தா நாம என்ன பண்றது.
ஈஸ்வர்: டேய் விடுங்க டா, அவள் அவனை காதலிக்கிறா தெரிஞ்ச உடனே நான் விட்டுட்டேன்.

ஜெமீல்: அப்படியெல்லாம் விட முடியாது.

எட்வர்ட்: அவள் கிடைக்கலன்னாலும் பரவாயில்லை

ஏதாவது பெருசா பண்ணி வாழ்க்கைல காசு பார்த்திறனும்.

ஜெமீல்: அவளை கடத்திட்டு கண்ணதாசன் கிட்ட ஒரு சில லட்சம் கேட்டா என்ன?.

விஜயராஜ்: நல்ல யோசனை தான். எப்படி கடத்தறது? எங்கே கடத்தறது?

சுருளி ராஜன்: நம்ம ஊர்ல தான், திரும்ப காலேஜ் வரும்போது கடத்திடலாம்

ஈஸ்வர்: இது சரியாய் வருமா போலீஸ் கிட்ட மாட்டிக்கிட்டா?

சுருளிராஜன்: அதெல்லாம் மாட்டாம பண்ணலாம், நாம இறங்காம ஆளு வெச்சி கடத்திடலாம்.

எட்வர்ட்: காசு வாங்கிட்டு அப்புறம் விட்டுடலாம். அவனையே கல்யாணம் பண்ணிக்கட்டும்.

ஜெமீல் : சரி தான் நமக்கு காசு வந்தா போதும், நமக்கு லாபம் இல்லாம அவங்க சேரவே கூடாது.

கண்ணதாசனை ரகசியமாக பார்க்க வந்த கோபிகா இதையெல்லாம் மறைந்திருந்து கேட்டு விட்டாள்….ஐயோ இவங்க இவ்ளோ மோசமானவங்களா என்று நினைத்து ஓட ஆரம்பித்தாள் அங்கே கல் தடுக்கி கீழே விழ, இவர்கள் அனைவரும் பார்த்து விட்டனர்.
அவளை எட்வர்ட், விஜயராஜ் துரத்த போக அவள் ஓட்டம் எடுத்தாள்.அப்போது ஹோட்டலுக்குள் முன்பக்கம் ஒருவர் காரில் வந்து இறங்க, அவர்கள் பை அனைத்தையும் பின்னாடி டிரைவர் எடுத்து கொண்டிருக்கையில், காரை எடுத்து ஓட்ட ஆரம்பித்தான் ஜெமீல்,

நேராக அவர்கள் ஓடும் இடத்திற்கு காருடன் சென்றான் அவள் பிடிபட்டிருந்தாள் அவர்களிடம், அப்படியே

காருக்குள் அடைத்து ரோடு எந்த பக்கம் போகிறதோ அந்த பக்கம் கார் ஓட்டினான். அது நேராக மலையுச்சியில் சென்று நின்றது. எல்லோரும் வெளியே வந்தனர்.....

கோபிகா கத்தி கூச்சலிட்டாள் ஊரே நிசப்தமாக இருந்தது.

ஜெமீல்: கோபிகா சொல்றது கேளு நாங்க உன்னை ஒன்னும் பண்ண மாட்டோம். எங்களுக்கான காசு வந்த உடனே விட்ருவோம்.

கோபிகா: பச்சை துரோகி டா நீங்க எல்லாரும். அவர் உங்களை எவ்வளவு நம்பினாரு.

விஜயராஜ்: நாங்க ஊர்ல போய் செய்ய நினைச்ச கடத்தலை இங்கேயே பண்றோம். நாளைக்கே கண்ணதாசன் பணம் ஏற்பாடு பண்ண வைக்கிறோம். பணம் வந்தவுடன் உன்னை விட்ருவோம்.

எட்வர்ட்: ஆனால் இவள் நம்மள காட்டி கொடுத்திட்டா??

சுருளி ராஜன்: எந்த காரணம் கொண்டும் காட்டி கொடுக்க கூடாது. அப்படி காட்டி கொடுத்தா நீ காதலிக்கிற கண்ணதாசனை கொலை பண்ணிடுவோம்.

கோபிகா அவர்களை தாண்டி தப்பிக்க முயல ஈஸ்வரை தவிர மற்ற நால்வரும் அவளை மடக்கி பிடித்தனர். அவள் அவர்களை அடிக்க, கோவம் தலைக்கு ஏறிய நால்வரும் அவளை ஓங்கி அடிக்க மலையுச்சியில் இருந்து கீழே விழுந்தாள்.

ஈஸ்வர் எவ்வளவோ கத்தினான் அவளை விடுங்கடா மாட்டினா பெரிய பிரச்சனை என்று.

எல்லாம் முடிந்த நிலையில் ஈஸ்வர் வாயை எப்படியோ அடைத்து, கல்லூரி சுற்றுலா வந்த பெண் குடும்ப

பிரச்னையால் தற்கொலை செய்து கொண்டாள் என்று
வதந்தியை கிளப்பி அதை அப்படியே மூடி மறைத்தனர்.

கல்லூரி முடிந்து அவரவர் வேறு ஊர் செல்ல கண்ணதாசன்
மட்டும் கன்யாகுமரியில் வேலை பார்த்து கொண்டான்.
ஆனால் அவர்கள் நண்பர்கள் மட்டும் இன்னும்
அவனிடமிருந்து எதையாவது வாங்கி கொண்டே
இருந்தனர். அந்த சம்பவத்திற்கு பிறகு அவன்
கொடைக்கானல் செல்லவே இல்லை.

ஆனால் விதி அவனை வரவைத்து, அவன் மூலமாக
அவர்களையும் வரவைத்தது. இவை அனைத்தையும்
கண்ணாடியில் அவள் சொல்லி முடிக்க கண்ணதாசன் தன்
நண்பர்களை நம்பினது எவ்வளவு தவறு என்று தெரிந்து
வருந்தினான்.

ஈஸ்வர் போலீசில் ஒப்படைக்கப்பட்டான் கொலை
குற்றத்திற்கு துணை போனதால் மூன்று ஆண்டு கடுங்காவல்
தண்டனை விதித்தது கோர்ட்.

கோபிகாவின் நினைவுகளுடன் மெய்நிகராக *(Virtual)* வாழ
தொடங்கினான் கண்ணதாசன்!!

3

வாழ்க்கை @ 2050

21 ஆகஸ்ட் 2050, பஞ்சாபகேசனுக்கு 80 வயது, உடல்நல கோளாறால் இயற்கை எய்தினார், அவரின் ஆன்மா நேராக சொர்க்கம் செல்ல, அங்கே அவரின் மனைவி பத்மினி அவரை வரவேற்க தயாராக இருந்தார் அங்கே.

"வாங்க வாங்க எவ்வளவு வருஷம் ஆச்சு உங்களை பார்த்து, நான் இங்க வந்து 30 வருஷம் ஆகுது இப்போ தான் சொர்கத்துக்கு வழி தெரிஞ்சுதா?"

பஞ்சாபகேசன் அவளை பார்த்தபடி "நீ புண்ணியம் பண்ணிருக்க 45 வயசுல 2020 வருஷம் வந்த கொரோனா தாக்கி சீக்கிரம் வந்துட்ட, நான் இருந்து எல்லா கஷ்ட நஷ்டத்தையும் பார்த்துட்டு தான் வரணும்னு தலையில எழுதி இருக்கு".

"நான் திரும்பவும் நம்ம குடும்பத்திலே தான் பிறக்கணும்னு ஒரு வரம் வாங்கியிருக்கேன், நம்ம பேரனுக்கு கல்யாணம் ஆகி இருக்கு போல இருக்கே, அவனுக்கு மகளா நான் மீண்டும் நம்ம குடும்பத்துக்கே பூலோகம் போக போறேன். எப்படி இருக்கு நம்ம உலகம், நம்ம ஊரு, நம்ம வீடு?" ஆர்வமாய் கேட்டாள் பத்மினி.

"நான் எங்கே வந்தாலும் என்னைவிட்டு முன்னாடி

 கதைப்போமா 

போகிறதுல குறியா இருக்கியே, ஊர் உலகத்துக்கு என்ன ஏகப்பட்ட மாற்றம் வந்திருக்கு தான். இப்போ வருஷம் *2050* ஆச்சு".

"சொல்லுங்க என்ன மாறி இருக்கு தெரிஞ்சிக்கிறேன்".

சொல்றேன் கேளு என்று தொடங்கினார் பஞ்சாபகேசன்

"ரொம்ப வருஷம் விவசாயம் செழிக்கவே இல்லை எல்லோரும் ஒரு மாத்திரை தான் சாப்பாட்டுக்கு போட்டுக்கறா. அதுக்கும் பக்க விளைவு வந்து அவஸ்தை பட்டா".

"கொரோனா போனதுக்கு அப்புறம் கணினி சம்பந்தமான வேலையெல்லாம் வீட்டுக்குள்ளேயே மாறிடுச்சு"

"கொரோனா மறுபடியும் *2030* வந்து பல உயிரை வாங்கிட்டு போச்சு".

"பசங்க பள்ளி கூடமும் வீட்டுக்குள்ளேயே வந்திருச்சு, அவங்களுக்கு பிடிச்ச பாடம் மட்டும் படிச்சா போதும், எல்லா பாடமும் படிக்கணும் அவசியம் இல்லை. கல்லூரியும் அப்படி தான்".

"நிறைய கட்டிடம் சும்மா இருக்க வேண்டிய நிலைமை. நீ பார்த்த பெரிய கம்பெனி உள்ளே இப்போ காய்கறி கடை தான் நடத்துறா"

"கிராமம்னு ஒன்னு இல்லவே இல்லை எல்லாமே சிட்டி ஆகிருச்சு".

"யார் வீடு கட்டினாலும் வீட்டுக்கு பக்கத்துல பெரிய இடம் விவசாயத்துக்கு வாங்கணும் அவங்களே உழுது சமைச்சு சாப்பிடணும். இதுதான் புது சட்டம்".

"விவசாயம் தெரியாதவங்க காசு கொடுத்து ரோபோட் வாங்கிக்கலாம் அது எல்லாத்தையும் பண்ணி தரும், அதுக்கான பராமரிப்பு செலவு ரொம்ப அதிகம்".

"ஒவ்வொரு பெரிய மனுஷனும் ஒரு PA மாதிரி ஒரு ரோபோட் வெச்சிருப்பான் மனுஷனுக்கு மனுஷன் நம்பிக்கை இல்லை எல்லோரும் மெஷின் நம்ப ஆரம்பிச்சுட்டாங்க".

"ஒரு வீடோ, ஒரு அடுக்கு மாடி குடியிருப்போ கண்டிப்பா இரண்டு மரமாவது வைக்கணும்ன்னு சட்டம், மரத்தை வெட்டினா ஒரு வருஷம் சிறையில், மரம் வீட்டில் வளர்க்கலைன்னா இரண்டு வருஷம் சிறையில். அடுக்கு மாடி குடியிருப்பில் அவங்க வீட்டு நம்பர் அந்த மரத்தில் ஒட்டி வைக்கணும்ன்னு சட்டம்".

ரூபாய் நோட்டை கண்ணுல பார்த்தே ரொம்ப நாள் ஆச்சு, எல்லாமே பாங்கில் கார்டில் தான் உன் அக்கௌன்ட்ல எவ்ளோ காசு இருக்குனு நம்பறாக பார்த்துக்கலாம்".

"சொந்த வாகனமே தேவை இல்லை, அப்படியே போகணும்ன்னா டிரைவர் இல்லாத ஆட்டோமேட்டிக் ரிமோட் கார் வரும் அதுவே கூட்டிட்டு போகும், காசு பேங்க் மூலம் எடுத்திடும்".

: வெளிய போகிறதுக்கு சில வேலை தான் இருக்கும், விளையாட்டு தளம், சினிமா திரையரங்கம், கோவில், மருத்துவமனை இதுக்கு மட்டும் தான் வெளிய போறாங்க".

"Factory சம்பந்தமான கம்பெனிக்கு வேலைக்கு வெளிய போறாங்க அவங்களுக்கும் பறக்கிற கார்ல வந்து இறக்கிட்டு போவான். நம்ம பேரன் அப்படி தான் போறான்".

"ராணுவத்தில் எல்லாமே ரோபோட் தான் மனுஷங்க யாருக்கும் வேலை இல்லை, ரோபோட் பழுது பார்க்க

மட்டும் தான் ஆட்கள் ராணுவத்தில் இருக்காங்க".

"இதனால பல *online* மோசடி நடக்குது, *online* திருட்டு நடக்குது".

"தண்ணீர் பிரச்சனை பரவாயில்லை கடலிலிருந்து ஒரு பைப்பை வீட்டுக்கு வரும் அந்த பைப்க்கு காசு அரசுகிட்ட தரணும்.

"கச்சேரி வீட்டிலிருந்தே பாடலாம், *online booking* மாதிரி உள்ளே வந்த பார்க்க மட்டும் காசு. எவ்ளோ பேரு வேணாலும் *book* பண்ணிட்டு பார்க்கலாம், எத்தனை *ticket book* ஆகி இருக்கு உனக்கே தெரிய வரும்".

"*Mobile* ஒரு *chip* மாதிரி மாறிடுச்சு, அதில் எல்லாமே இருக்கு".

"குழந்தைக்கு காது குத்துவது போல், *chip* பொறுத்த ஒரு *function* வைக்கறாங்க. அந்த *chip* எல்லாத்தையும் சொல்லிடும், எவ்வளவு நடந்த, ஓடின, ரத்த ஓட்டம் எப்படி, *BP* எப்படி, உடம்பில் எந்த உறுப்பு கோளாறு ஆனாலும் அதை ஒரு கலர்ல வெளிய காட்டிடும்".

"இளமையா வைத்துக்கொள்ள பல மாத்திரை இருக்கு, யாருக்கும் வயசாகறதே தெரியாது".

"குழந்தை பெத்துக்க 10 மாசம் சுமக்கனும் அவசியம் இல்லை, மருத்துவமனை போய் இரண்டு விந்து கொடுத்தா போதும் அவங்க 10 மாசம் வளர்த்து எப்போ வேணுமோ டெலிவரி பண்ணுவாங்க".

"சாப்பாடு, காய் கறி, மளிகை, இது எல்லாமே வீட்டுக்கு வரும், நீ பார்த்தது ஆளு வந்து தருவான், இப்போ மெஷின் வந்து தரும், இல்லைனா கேமரா பறந்து வந்து தரும்".

"ரயில்வே ஸ்டேஷன்ல போர்ட்டர் யாரும் கிடையாது

எல்லாமே ரோபோ தான்".

"அடிக்கடி பருவ நிலை மாற்றம் வரும் மழை, வெள்ளம், புயல் இதெல்லாம் மாசத்துக்கு ஒன்னு வரும்".

"கோடீஸ்வரன் எல்லோருமே கப்பல் வாங்கி வெச்சிருப்பான், அது தான் அவனுக்கு வீடே".

"நம்ம வீடு தி நகர் தானே, நடந்தே பீச் க்கு போகலாம் இப்போ அண்ணா சாலை தான் பீச் ரோடு தெரியுமா? 2045 வருஷம் கடல் உள்ளே வந்திருச்சு, அண்ணா சாலை அந்த பக்கம் உள்ள ஏரியா எல்லாம் காணாம போச்சு".

'விமான போக்குவரத்து ஜாஸ்தி ஆகிருச்சு வருஷத்துக்கு ஏகப்பட்ட விபத்து ஆகுது".

"கல்யாணம் பொண்ணு, மாப்பிள்ளை இருந்தா போதும் மத்தவா எல்லாம் *online*ல பார்க்கலாம் என்ன பண்ணனும் சொல்லலாம்".

"ப்ரோஹிதர் கூட ரோபோட் வெச்சிருக்கா, அது மந்திரம் எல்லாம் அருமையா சொல்லும். கல்யாணம், கருமாதி எல்லா சடங்கும் பண்ணி வைக்கும்".

"ஒரே ஆறுதல் ஜாதி கலவரம், மத கலவரம், குழாய் அடி சண்டை, தண்ணி அடிச்சு சண்டை இதையெல்லாம் பார்க்கவே முடியாது".

"அரசியல்வாதி கூட ரோபோட் தான் இருக்கும், ரோபோட் வைத்து அடிச்சிக்குற அரசியல் இருக்கும்".

"செத்தா கூட கூட்டம் வராது அப்படியே எலக்ட்ரிக் சுடுகாடுல எரிச்சு சாம்பல் மட்டும் தருவா, அதுக்கு கூட *online booking* இருக்கு *book* பண்ணாம சாக கூட முடியாது".

 கதைப்போமா

இதையெல்லாம் கேட்ட பத்மினிக்கு தலையே
சுற்றியது,"ஐயோ கடவுளே 30 வருஷத்தில் இவ்வளோ
மாற்றமா? நீங்க சொன்ன ஜனனமும், மரணமும் மட்டும்
என்னால ஜீரணிக்கவே முடியலை, அவசியம் இந்த
உலகத்துக்கு நான் போய் தான் ஆகணுமான்னு யோசிக்க
வெச்சுடீங்க...."

அதற்குள் யமலோகத்திருந்து அழைப்பு வர.....

வேண்டாம் வேண்டாம் என்று சொன்னபோதும்
பத்மினியை தர தர வென்று இழுத்து சென்றனர்
பூலோகத்திற்கு அனுப்ப....!!

4

பண பலம்

செ‌ன்னை கமிஷனர் ப்ரகாஷுடன் அவசர ஆலோசனையில் மும்முரமாக இருந்தார் இன்ஸ்பெக்டர் வசந்த்.

பிரகாஷ்: ஒரு வழக்கு கொடுக்கிறேன் இதை தனியா பார்க்கணும், போன ஒரு வாரத்தில் மட்டும் 10 கோடி ரூபா காசு திருடு போயிருக்கு. பெரிய இடத்து சமாச்சாரம் அதனால யூனிபோர்ம்ல போகாதீங்க.

வசந்த்: எங்கே திருட்டு நடந்திருக்கு?.

பிரகாஷ்: இரண்டு வாரம் முன்னாடி சினிமா கலை நிகழ்ச்சிக்காக ஒரு கூட்டம் மலேஷியா போனாங்க. அந்த நிகழ்ச்சி தயாரிக்கிறது 3 தயாரிப்பாளர். அவங்க ஊருக்கு போன அந்த நாள் அவங்க வீட்ல கோடி கணக்குல பணம் திருடி இருக்காங்க. எல்லாமே கருப்பு பணம் அதனால வழக்கு ஏதும் கொடுக்காம பார்க்க சொல்லி இருக்காங்க. இதை எப்படியாவது கண்டுபிடிச்சு தர வேண்டியது உங்க பொறுப்பு. வெளியே விஷயம் தெரியவே கூடாது.

வசந்த்: புரியுது சார், விவரம் கொடுங்க நான் வேலையை ஆரம்பிக்கறேன்.

பிரகாஷ்: திருட்டு வழக்கை பத்தின விஷயம் இந்த கவர்

உள்ளே இருக்கு, நேர்ல போய் பாரு சீக்கிரம் முடிக்கணும்.

வசந்த் வழக்கை பற்றின விவரங்களை மொத்தமும் படித்துவிட்டு வேலையில் இறங்கினான்.

முதல் வழக்கு, தயாரிப்பாளர் கண்ணப்பன். கண்ணன் *film productions* . அவரை விசாரிக்க அவர் வீடு சென்றான். பெரிய வீடு ஆனால் கொஞ்சம் பழைய வீடு தான். *10 வருஷமாவது பழசா இருக்கும்.*

வசந்த்: *சார் நான் இன்ஸ்பெக்டர் வசந்த், கமிஷனர் சார் அனுப்பினார் திருட்டு கேஸ் விஷயமா.*

கண்ணப்பன்: *வாங்க இங்கே வந்து பாருங்க என் அலமாரியை.*

அலமாரியை திறந்து காட்டுகிறார், லாக்கர் மொத்தம் உடைக்க பட்டு இருந்தது.

வசந்த்: *உங்க வீட்ல திருடினது ஒரு கோடி தானே?*

கண்ணப்பன்: *ஆமாம் அடுத்த படத்துக்கு ஹீரோக்கு கொடுக்க வெச்சிருந்தேன்.*

வசந்த்: *காசா தான் தருவீங்களா, பேங்க்ல போட மாட்டீங்களா?*

கண்ணப்பன்: *இல்லை அந்த ஹீரோக்கு ஏதோ வரி பிரச்சனை அதான் காசா கேட்டிருந்தார் எடுத்து வெச்சிருந்தேன்.*

வசந்த்: *யார் மேலேயாவது சந்தேகம் இருக்கா?*

கண்ணப்பன்: *எல்லார் மேலயும் சந்தேகம் இருக்கு, யாரென்னு சொல்றது புரியலை. இப்போ தான் ஏண்டா தயாரிப்பாளர் ஆனோம்னு இருக்கு. ஒழுங்கா என்*

விவசாயமே பார்த்திருக்கலாம்.

வசந்த்: சொந்த காரங்க யாராவது எடுத்திருப்பாங்க சொல்றீங்களா?.

கண்ணப்பன்: ஆமாம், திடீர்னு பணக்காரன் ஆகிட்டேனு வயித்தெரிச்சல். நடிகர் தாஸ் அவர் தான் எனக்கு வாழ்க்கை பிச்சை போட்டது, நிலத்தை வித்து அவர் படம் எடுத்தேன் ரொம்ப பெரிய லாபம், அதுலேந்து தொடர்ந்து 5 படம் பண்ணிட்டேன் நடிகர் பரத், விஷ்வா, பாண்டி & ராகவ் எல்லார் படமும் ஹிட் ஏதோ பொழப்பு நல்லாதான் போயிட்டு இருந்துச்சு, இப்போ இந்த திருட்டு சம்பவம் ரொம்ப மன உளைச்சல் ஆகிருச்சு.மானம் போனா கூட கவலை படமாட்டேன் பணம் போச்சே!! இப்படி வசதியா ஒரு வாழ்க்கை வாழ்வேன்னு கூட நினைக்கலை எல்லாம் பணம் வந்த நேரம், என் சொந்தக்காரன் விபரம் எல்லாம் தரேன் எல்லாரையும் விசாரிங்க எவனையும் விடாதீங்க.

அவரிடம் விபரம் வாங்கிவிட்டு அவர் சொந்தக்காரன், நண்பர்கள் என்று எல்லோரையும் விசாரித்தும் ஒரு பயன் இல்லை, யார் மேலும் பெரிதாக சந்தேகம் வரவில்லை. இதை பார்ப்பதற்கே ஒரு மாதம் ஓடி விட்டது.

இதை சற்று ஓரம் வைத்துவிட்டு, அடுத்த வழக்கை கையில் எடுத்தான் வசந்த்.

இரண்டாம் வழக்கு, தயாரிப்பாளர் பீம் மேனன், *Kairali films Private Limited* அவர் வீடு சிறியதாக இருந்தாலும் நல்ல வசதியுடன் இருந்தது.

பீம்: கமிஷனர் சொன்னாரு நீங்க வருவீங்கன்னு, இவ்வளவு பெரிய தொகை திருடு போகும் நினைக்கலை, எப்போவும் சென்னைல காசு வைக்கவே மாட்டேன். நான் கேரளா, அங்கே தான் படம் எடுத்தேன், ஒரு மாற்றத்துக்கு தமிழ் படமும் எடுக்கலாம்னு இங்க வந்தேன் எல்லாம் காசு

சம்பாதிக்கிற ஆசை தான் கேரளா விட இங்கே லாபம் அதிகமா கிடைக்குமே என்கிற நப்பாசை தான், இது வரை 10 படம் எடுத்திருக்கேன், தமிழ் படத்தில் நினைச்ச மாதிரி நல்ல லாபம் பார்க்க முடிஞ்சது, எடுத்த 10 படமும் மலையாள ரீமேக் தான்.

மலேஷியா கலை நிகழ்ச்சிக்கு நான் தான் தயாரிப்பாளர் அதிக ஷேர் என்னுது 12 கோடி செலவு பண்ணேன். மீதி இரண்டு தயாரிப்பாளர் பெருசா செலவு பண்ணாம என் தலையிலே மிளகாய் அரைக்கிற மாதிரி தோணிச்சு அதனால 5 கோடி இங்கே வீட்ல வெச்சிட்டு மலேஷியா போயிட்டேன். திரும்ப வந்து பார்த்தா அலமாரி உடைஞ்சிருக்கு பணம் காணோம். வேற எந்த பொருளும் இங்க வைக்க மாட்டேன் எல்லாமே என் ஊர்ல தான் பாதுகாப்பா இருக்கும். அன்னிக்கு அவசரத்துக்கு இங்கே இருக்கட்டுமேன்னு வைத்தேன் திருடி இருக்காங்க.

வசந்த்: இங்க பணம் வெச்சது வேற யாருக்காவது தெரியுமா? இங்கே வேற யாராவது தங்குவாங்களா?.

பீம்: ஒரு சின்ன பையன் மட்டும் இடத்தை பார்த்துக்க இருப்பான் அவனும் நான் வரும்போது மட்டும் தான் வருவான். அன்னிக்கு அவனும் இல்லை, இங்கு வேற யாரையும் தெரியாது பெருசா எனக்கு, இதான் எனக்கு ஆபீஸ் & வீடு. சென்னைக்கு படம் வேலையா வந்தா இங்கே தான் தங்குவேன்.

வசந்த்: எங்கேயும் கேமரா இல்லையா?

பீம்: சின்ன இடம் தானேனு நான் ஏதும் கேமரா வாங்கி போடலை. என் தப்பு தான்.

வசந்த்: அந்த பையன் எடுத்திருக்க வாய்ப்பு இருக்குமோ?

பீம்: தெரியலை, ஒரு தள்ளற பெட்டி தான் எடுத்துட்டு வருவேன் எப்போதும், அதுல பணம் இருக்குன்னு தெரிய வாய்ப்பு இல்லை, அலமாரி சாவி எப்போதும் என்கிட்டே

தான் இருக்கும்

வசந்த்: *அந்த பையனை விசாரிக்கறேன் அப்புறம் தகவல் சொல்றேன்.*

பீம்: *சீக்கிரம் சொல்லுங்க ஒன்னு இல்ல இரண்டு இல்லை 5 கோடி கருப்பு பணம் படம் எடுத்து வெள்ளை பணமா ஆக்கலாம் இருந்தேன். எல்லாம் போச்சு.*

அந்த பையனை விசாரித்ததில் அவனுக்கு ஏதும் விவரம் தெரியவில்லை இவர் பெட்டியோடு வந்ததை அந்த மலேஷியா கலை நிகழ்ச்சி ஒருங்கிணைப்பாளரிடம் மட்டும் கூறியதாக தெரிந்தது.

மூன்றாவது வழக்கு, தயாரிப்பாளர் பாரி வேந்தன், *4 Star Studios* அவர் ஆபீஸ்இல் அவர் மச்சான் மாரி தான் இருந்தார்.

மாரி: *யோவ், எப்போ சொன்னோம் எப்போ வரீங்க? அதுக்குள்ள மத்த பணத்தையும் அடிச்சிருவாங்க போல இருக்கே.*

வசந்த்: *சார் கோவப்படாதீங்க, வேற அவசர வேலை இருந்துச்சு.*

மாரி: *நான் ஆளுங்கட்சி மினிஸ்டர் பினாமி, அவர் காசை எவனோ அடிச்சிட்டான்னு அவருக்கு தெரிஞ்சா நிலைமையே வேற.*

வசந்த்: *கண்டு பிடிச்சிரலாம் எனக்கு சில தகவல் மட்டும் சொல்லுங்க போதும்.*

மாரி: *என்ன வேணும் கேளு.*

வசந்த்: *பணம் 4 கோடி திருடினதா சொல்லிருக்காங்க,*

  கதைப்போமா

ஆபீஸ்ல கேமரா ஏதும் இல்லையா.

மாரி: அதான் சொன்னானே நான் மினிஸ்டர் பினாமி எங்கேயும் கேமரா வெச்சு எங்களையே காட்டி கொடுக்கவா. அடிக்கடி பணம் வரும் அதை வைத்து படம் எடுத்து வெள்ளை பணமா ஆக்குவோம். 20 வருஷமா இதை தான் பண்றோம். போன ஆட்சி நடந்தப்போ சில படம் சரியாய் போகாம நஷ்டமா போச்சு, சில படம் எடுக்கவே விடலை ஆளுங்கட்சி காரன். இப்போ நாங்க தான் ஆளுங்கட்சி அடுத்த தேர்தல் வர இன்னும் சில மாசம் தான் இருக்கு அதுக்குள்ள காசை கண்டுபிடிச்சியாகணும்.

வசந்த்: உங்க கூட்டமே நிறைய பேரு இருக்கும்போது எப்படி காசு எடுத்தாங்க, காசு ஆபீஸ்ல வெச்சிருந்தால் யாராவது இருந்திருக்கணும் இல்லையா.

மாரி: நான் தான் இருந்தேன் ராத்திரி 11 மணி வரைக்கும், பக்கத்துல நமிதா படம் ஷூட்டிங் ராத்திரி 12 மணிக்கு சொன்னாங்க அதை பார்க்க போயிட்டு வந்தேன் போற அவசரத்துல சரியாய் பூட்டிட்டு போகலை, கொஞ்சம் அசந்த நேரத்தில திருடிட்டாங்க. யாருன்னு கண்டுபிடிச்சி என்கிட்டே கொடுங்க நாங்க பார்த்துகிறோம் அவனை.

வசந்த் அவன் கூட்டாளிகள் முதற்கொண்டு அனைவரையும் விசாரித்தான், பெரிதாக ஒன்றும் துப்பு கிடைக்கவில்லை.

மூன்று வழக்குகளையும் ஒவ்வொன்றாக ஆராய்ந்து ஒரு முடிவுக்கு வந்தான்.

கமிஷனர் அழைத்தார்....

பிரகாஷ்: என்ன வசந்த் கேஸ் பைலை வாங்கிட்டு போன அப்புறம் ஒரு தகவலும் இல்லை.

வசந்த்: விசாரிச்சிட்டு இருக்கேன் சார்

பிரகாஷ்: *4 மாசம் ஆக போகுது*

வசந்த்: *இது வரை விசாரணை பண்ணது மட்டுமே 40 ஆட்கள் மேல அதான் கொஞ்சம் நேரமாகுது.*

பிரகாஷ்: *சீக்கிரம் முடிங்க.*

தான் சந்தேகிக்கும் ஒரு விஷயத்தை கமிஷனரிடம் சொல்லாமலே இருந்தான் அது உறுதியான பிறகு சொல்லலாம் என்ற எண்ணம்.

அவன் கணக்கு சரியாக இருந்தால் இன்னும் ஒன்று அல்லது இரண்டு தயாரிப்பாளர் வீட்டில் திருட்டு நடக்கும் என்று முடிவு பண்ணி இருந்தான் அந்த இரு தயாரிப்பாளர்களையும் கண்காணித்து கொண்டிருந்தான்.

ஒருவர் RV பிலிம்ஸ் வர்மா, அவர் ஷூட்டிங் வேலையாக வெளியூர் செல்ல தயாரானார், வீட்டில் யாரும் இல்லை நன்கு பூட்டிவிட்டு காமெராவை பார்த்துவிட்டு அவர் கிளம்பி போன சில மணி நேரத்தில் நடு இரவு இருக்கும் ஒரு இரு சக்கர வண்டி வந்து நின்றது தூரத்தில் ஒளிந்திருந்து வசந்த் பார்த்து கொண்டிருந்தான்.

வண்டியை மரத்திற்கு அடியில் நிறுத்திவிட்டு சுவர் ஏறி குதித்தார்கள், கையில் சவரம் செய்யும் கிரீம் எடுத்து வாசல் காமெராவை மறைத்தார்கள், பால்கனி பக்கம் ஏறி மாடி கண்ணாடி கதவை அழகாக உடைத்து உள்ளே சென்றனர். ஒரு மணி நேரம் ஆனது கையில் ஒரு பையுடன் வெளியே வந்தனர்.

வண்டியில் உட்கார்ந்தவுடன் வசந்த் பின்னால் இருப்பவனை அழுக்கி பிடித்தான், அவன் பையோடு கீழே விழுந்தான் இன்னொருவன் வண்டியோடு தப்பிக்க முயல வண்டி பெரிதாக நகரவில்லை இரண்டு டைர் காற்று

 கதைப்போமா

பிடுங்கியிருந்தது. இன்னொருவனை அந்த பக்கமிருந்து ஒருவன் வந்து மடக்கி பிடித்தான். இருவரையும் ஒரு இருட்டு அறையில் பூட்டி வைத்தான் வசந்த்.

அடுத்த நாள்.....

நடிகர் தாஸை நேரில் பார்க்க வேண்டும் என்று முயற்சி செய்தான். இன்று நடிகர் தாஸ் நடித்த "என் உரிமை" புது படம் ரிலீஸ் திரையரங்கம் எங்கும் விழா கோலமாக காட்சியளித்தது கடந்த நான்கு படம் சரியாக போகாததால் அவரின் வளர்ச்சி இறங்கியது. இந்த படம் மீண்டும் அவருக்கு கை கொடுக்கும் என்று நம்பிக்கையுடன் ரசிகர்கள் ஆரவாரத்தில் இருந்தனர்.
இரண்டு நாள் கழித்தே நடிகர் தாஸை பார்க்க முடிந்தது.

தாஸ்: சொல்லுங்க என்ன உதவி வேணும் உங்களுக்கு?

வசந்த்: உங்க கூட தனியா பேசணும்.

தாஸ்: (சுற்றி உள்ளவரை பார்க்க....அனைவரும் வெளியே சென்றனர்) சொல்லுங்க

வசந்த்: சமீபத்தில் நடந்த தயாரிப்பாளர் வீட்டு திருட்டு வழக்குக்கும் உங்களுக்கும் சம்மந்தம் இருக்குனு எனக்கு தெரியும்.

தாஸ்: ஒருத்தன் பெரிய மனுஷன் ஆனா பிடிக்காதே ஏதாவது வழக்கு சொல்லி சம்பந்தம் இருக்கு சொல்வீங்களே.

வசந்த். உங்க ஆள் இரண்டு பேரும் என் பாதுகாப்புல இருக்காங்க. உண்மையை சொல்லிட்டாங்க.

தாஸ்: (சிறிது நேரம் மௌனம்) யாரோ இரண்டு பேரு பிடிச்சிட்டு என் பெயர் சொன்னா நான் குற்றவாளி ஆகிடுவேனா?. எனக்கு கோடி கணக்குல ரசிகர் இருக்காங்க என் பெயர் சொல்றது வைத்து நான் குற்றவாளி ஆக

முடியாது. எதை வெச்சு நான் குற்றவாளி சொல்ற?

வசந்த்: திருடப்பட்ட மூன்று தயாரிப்பாளருக்கும் நீங்க படம் பண்ணிருக்கீங்க அதுல நல்லா சம்பாதிச்சிருக்காங்க அவங்க, ஆனால் சமீபமா உங்கள் படம் சரியாய் ஓடலை உங்க மார்க்கெட் இறங்கிருச்சு. இதே தயரிப்பாளர் மூலம் மறுபடியும் படம் பண்ண நினைசீங்க ஆனால் அவங்க யாரும் முன் வரலை. அரசியலுக்கு போகணும்னு ஆர்வம் வேற இருந்துச்சு, உங்களுக்கு எல்லா கட்சியும் அழைப்பு வேற விட்டாங்க, ஆனால் படம் சரியாய் போகாம உங்க நல்ல பெயர் இறங்க எல்லோரும் உங்களை விட்டுட்டு போயிட்டாங்க. எப்படியாவது மேல வரணும் நீங்களே ஒரு தயாரிப்பாளர் கம்பெனி ஆரம்பிச்சு ஒரு பினாமி மூலம் தயாரிச்சு இப்போ ஒரு படம் வெளியிட்டிருக்கீங்க. இந்த படம் எடுத்தது எல்லாமே அந்த திருட்டு காசுல, இன்னும் பணம் தேவை பட்டிருக்கு அடுத்த தயாரிப்பாளரை குறி வெச்சிருக்கீங்க ஆனால் மாட்டிகிட்டாங்க. வெளிய நல்லவன் மாதிரி வேஷம் போடறீங்க.

தாஸ்: (சில நேரம் மௌனம்....சுற்றும் முற்றும் பார்த்துவிட்டு தண்ணீர் குடிக்கிறார்) உங்க திறமையை பாராட்டறேன், யாரும் கண்டு பிடிக்க முடியாது நினைச்சேன் தமிழ் நாடு போலீஸ் திறமையானவங்கன்னு நிரூபிச்சிடுங்க. ஆமாம் நான் தான் செஞ்சேன், என் படம் ஓடி தான் அந்த தயாரிப்பாளருக்கு வாழ்க்கையே கிடைச்சது என்னால தான் முன்னுக்கு வந்தாங்க, தொடர்ந்து படம் நல்லா ஓடிச்சு, மக்கள் செல்வாக்கு ஜாஸ்தி ஆச்சு, கோடி கணக்குல சம்பளம் கொடுத்தாங்க. ஒரு படம் ஓடலை அப்படியே வாழ்க்கை தலைகீழா மாறிச்சு. கோடி கணக்குல காசு பார்த்த அப்புறம் கம்மி சம்பளம் வாங்க மனசு ஏத்துகலை. பணம் பணம் பணம் இதை இறங்க விட்டோம்னா நம்மளை தூக்கி எறிஞ்சிருவாங்க. பணம் தான் முக்கியம் அது இருந்தா என்ன வேணா பண்ணலாம். ஒரு புது இயக்குனர் நல்ல கதையோட வந்தான் அந்த கதை நடிச்சா மறுபடியும் விட்ட இடத்துக்கு வர முடியும் தோணிச்சு, பல தயாரிப்பாளர் போய் கேட்டு

 கதைப்போமா

பார்த்தேன் யாரும் முன் வரலை. அதான் நானே ஒரு கம்பெனி ஆரம்பிச்சு என்னை ஏமாற்றின, என்னால பெரிய அந்தஸ்துக்கு வந்த தயாரிப்பாளர் எல்லார்கிட்டேந்தும் என்னால சம்பாதிச்ச பணத்தை திருடினேன். புது படம் எடுத்தேன் இப்போ ரிலீஸ் ஆகிருச்சு நல்ல பெயர் கிடைச்சிருக்கு, விட்ட இடத்தை மறுபடியும் பிடிச்சிருவேன். அடுத்து தனி கட்சி ஆரம்பிக்க இருக்கேன்.

வசந்த்: உங்களை விட்டாதானே கட்சி ஆரம்பிப்பீங்க.

தாஸ்: நீ யாரு என்னை தடுக்க. உன்கிட்ட வாரண்ட் இருக்கா?

வசந்த்: இல்லை

தாஸ்: முதல்ல அதை வாங்கிட்டு வாங்க அப்புறம் பேசலாம். பணம் பாதாளம் வரை பாயும் தம்பி!!

வசந்த்: உங்க பணத்துல யாரையும் விலைக்கு வாங்க முடியாது.

வெளியே வந்து கமிஷ்னரை அழைத்தான்….நடந்தவற்றை கூறினான்….

பிரகாஷ்: முட்டாள் உன்னை யாரு அவரை பார்க்க போக சொன்னா?

வசந்த்: சந்தேகத்தில் தான் வந்தேன் அவன் உண்மையா ஒத்துக்கிட்டான். நீங்க உடனே ஆர்டர் கொடுங்க நான் கைது பண்றேன்.

பிரகாஷ்: இது பெரிய இடத்து சமாச்சாரம்னு ஏற்கனவே சொன்னேன் இப்படி பொறுப்பு இல்லாம நடந்துக்கிறீங்க, கைது பண்ண அந்த இரண்டு பேரையும் உடனே பக்கத்து ஸ்டேஷன் லாக் அப்ல வைங்க. உடனே என்னை வந்து பாருங்க வாரண்ட் தயார் பண்ணி தரேன்.

வசந்த் கூறிய இடத்திற்கு இரண்டு கான்ஸ்டபிள் அனுப்பினார் கமிஷனர். அவர்களை பத்திரமாக அவர்களிடம் ஒப்படைத்தான்.

அடுத்த 2 மணி நேரத்தில் கமிஷனரை சென்று பார்த்தான்.....

பிரகாஷ்: உங்களோட அவசரத்தினால் என்ன ஆச்சு பார்த்தீங்களா?

வசந்த்: என்னாச்சு புரியலை நீங்க சொல்றது.

பிரகாஷ்: அந்த இரண்டு பேரும் செத்துட்டாங்க, கான்ஸ்டபிள் அடிச்சு போட்டு கொன்னுட்டாங்க.

வசந்த்: சார் என்ன சொல்றீங்க?.

பிரகாஷ்: ஒரு அந்தஸ்து மிக்க ஆள்கிட்ட போய் இப்படி சொன்னா இதை தான் செய்வான். இப்படி கோட்டை விட்டுடீங்க. போங்க....

நான் இப்போ என்ன பதில் சொல்றது தெரியலை.

மனம் உடைந்து போனான் வசந்த், வண்டியில் போகும்போது அவன் மனம் அதையே நினைத்து கொண்டிருந்தது எங்கோ தப்பு நடந்திருக்கு என்று நினைக்கையில் ஒரு கார் வேகமாக வந்து அவனை இடித்தது.......

நான்கு முறை உருண்டு கீழே விழுந்தான்.....உடல் எங்கும் ரத்தம் வழிந்தோடியது....மூச்சு விட சிரமம் ஆனது....

காரிலிருந்து ஒருவன் இறங்கி வந்தான் வசந்த் காதில் தொலைபேசியை வைத்தான்....அதில் ....

தாஸ்: தம்பி நான் தான் சொன்னேனே பணம் பாதாளம் வரைக்கும் பாயும்னு, உங்க கமிஷனருக்கு பாயாதா என்ன? போகிறதுக்கு முன்னாடி கேட்டுக்கோங்க, என் புது படம் 100 கோடி மேல வசூல் ஆகியிருக்கு விட்ட இடத்தை பிடிச்சிட்டேன், கண்டிப்பா கட்சி ஆரம்பிப்பேன் மக்களுக்கு நல்லது செய்யுற மாதிரி இன்னும் பணம் சம்பாரிப்பேன், பணம் தான் எனக்கு முக்கியம்!! போங்க மேல போய் சௌக்கியமா இருங்க...

இதை கேட்ட நொடியில் அவன் தலையில் அடி விழ அவன் மூச்சு சிறிது நேரத்தில் நின்றது.

பணம் பாதாளம் வரை பாய்ந்தது!!

5

ஊர் ஓரமா ஆற்றுப்பக்கம் தென்னந்தோப்பு!

தாமரைக்குளம், நாகர்கோயில் பக்கம் உள்ள ஒரு சிறு கிராமம் அங்கே சிதம்பரம் பண்ணையார் தான் ஊர் பெரிய மனுஷன், அந்த கிராமத்தில் பாதி இடம் அவருக்கு சொந்தமானது தான், பங்களா மாதிரி வீடு, ஆடு பண்ணை, கோழி பண்ணை, வாழை தோப்பு, மாந்தோப்பு அவர் வீட்டு பக்கத்தில். தென்னந்தோப்பு, கரும்புத்தோட்டம் ஊர் எல்லைக்கிட்ட ஆற்றங்கரைப்பக்கமா. சொந்தமா இரண்டு கோவில் மக்களுக்காக கட்டி கொடுத்த பெரிய வள்ளல். ரொம்ப பசுமையான கிராமம் நிறை குறை இல்லாத வாழ்க்கை அவருக்கு மூணு ஆண் பிள்ளை.

இசக்கிமுத்து கன்னியாகுமரியை சேர்ந்தவன் வேற ஜாதிக்கார பொண்ணை காதலிச்சானு அடிச்சு ஊரை விட்டு துறத்திட்டாங்க, கால் போன போக்கில் நடந்தே பல தூரம் வந்தான் சாப்பாடு இல்லை, பட்டினியா ரோட்டில் கிடந்தான், ஒரு அன்ன தானம் பண்ணற ஐயப்ப சாமி கூட்டம் அவனுக்கு சாப்பாடு போட்டு நாகர்கோயிலில் இறக்கி விட்டு இங்கே ஏதாவது வேலை தேடி பொழச்சுக்கோப்பான்னு விட்டுச்சு.

உழைக்க தயாரா இருந்தாலும் வேலை கொடுக்க யாருமே

இல்லை கோவில் வாசல்ல யாரோ ஒருத்தன் திருடியதை இவன் தான்னு ஊர் மக்கள் துரத்த ஒரு பஸ்சுக்குள் ஏறி நினைத்த இடத்தில் இறங்கினான், அது ஒரு ஆற்றங்கரை, பசுமையான இடம், இந்த பக்கம் ஆல மரம், ஆற்றுக்கு அந்த பக்கம் தென்னந்தோப்பு.

வாழ்க்கை வாழவே பிடிக்கலை சாகனும் முடிவு பண்ணி அங்கே ஆல மரத்தடில இருந்த அய்யனார் கோவில் கத்தியை எடுத்து கை அறுத்து சாகலாம்னு முடிவு பண்ணான், அந்த நேரத்தில் காப்பாத்துங்க காப்பாத்துங்கனு யாரோ அலறும் சத்தம் கேட்க போய் பார்த்தால், ஆற்றுக்கு அந்த பக்கம் ஒரு குடும்பம் நிற்க ஒரு குழந்தை ஆற்றில் அடிச்சுட்டு போயிட்டிருந்தது. இசக்கிமுத்து உடனே தண்ணில குதிச்சு நீந்தி அந்த குழந்தையை காப்பாத்தினான். அந்த பக்கம் கரைக்கு கொண்டு போய் குழந்தையை பத்திரமா கொடுத்தது சிதம்பரம் பண்ணையார்கிட்ட, அது அவரோட பேரன்.

"யப்பா என் வம்சத்தையே காப்பாத்திட்டே நீ ரொம்ப வருஷம் நல்லா இருக்கனும்" என்று சொல்லி சிதம்பரம் பண்ணையார் வாழ்த்தினார்.

இசக்கிமுத்து சிரித்துக்கொண்டே சொன்னான் "இன்னும் கொஞ்சம் நேரம் அப்புறம் விழுந்திருந்தா காப்பாத்தியிருக்க முடியாது, நானே சாகலாம்னு ஆற்றுக்கு அந்த பக்கம் சாக இருந்தேன் சத்தம் கேட்டு வந்தேன் என் முன்னாடி ஒரு குழந்தை கஷ்டப்படறது பார்க்க முடியலை அதான் காப்பாத்தினேன்" என்றான்.

"என்னப்பா இப்படி சொல்லிட்டே தாமரைகுளத்துக்குள்ள வந்துட்ட இனிமே உன்னை வாழ வைக்க வேண்டியது என் பொறுப்பு. என்ன வேலை தெரியும்?" என்றார்.

"எது கொடுத்தாலும் செய்வேன் அய்யா" என்றான் இசக்கிமுத்து.

"இதோ பக்கத்துல இருக்கிற தென்னந்தோப்பு என்னோடது தான் இனிமே இளநீர் பறிச்சு கடை போட வேண்டியது உன் வேலை, இதுக்குள்ளயே குடுசை கட்டிக்கோ என் வம்சத்தை காப்பாத்திருக்க உனக்கு இதை விட பெருசா ஏதாவது செய்யுறேன் இப்போ தென்னந்தோப்புக்கு போ" என்று இடத்தை சுற்றி காட்டினார்.

இசக்கிமுத்துக்கு மிகுந்த ஆச்சிர்யம் அக்கரைக்கு இக்கரை பச்சைனு சொல்லுவாங்க அந்த கரைல சாக இருந்தேன், இந்த கரைல வாழ ஆரம்பிச்சிருக்கேன் என்று பெருமிதம் கொண்டான்.

மொத்தம் 14 மரங்கள் இருந்தன, மொத்த மரமும் சிறகை விரித்து பறப்பதுபோல் வானமே தெரியாத அளவில் இருந்தது, சில்லென்ற காற்றுடன் அந்த இடமே குளுமையா இருந்தது. சிதம்பரம் பண்ணையார் குடும்பத்துடன் வீட்டுக்கு போயிட்டு மாலை தென்னந்தோப்புக்கு வந்து பார்க்கும்போது, இருந்த தென்னங்கீற்றை வைத்து ஒரு சின்ன வீடு கட்டி இருந்தான் இசக்கிமுத்து.

"பரவாயில்லையே நல்ல வேலைக்காரனா இருக்கியே. இளநீர் வெட்ட தேவையான ஆயுதம் எல்லாம் தரேன், ஒரு வாரம் மரம் ஏறி பழகு, இளநீர் எடுத்து வை, ஆற்று ஓரமா கடை போடலாம் எவ்வளவுக்கு வேணாலும் வித்துக்கோ அது உன் சாமர்த்தியம் அது தான் உன் சம்பாத்தியம்" என்று சொல்லிட விட்டு சென்றார்.

ஒரு வாரத்தில் மரம் எற கற்றுக்கொண்டு இளநீர் பறித்து இறக்கினான், சிறியதாக கடை போட்டு ஆற்று ஓரமா வியாபாரம் தொடங்கினான் கம்மி விலைக்கே விற்று நிறைய இளநீர் விற்று தீர்த்தான்.

முதல் சம்பாத்தியத்தில் சிதம்பர பண்ணையாருக்கு வேட்டி சட்டையும், தென்னம் ஓலையில் நிறைய பொம்மைகள் போல் செய்து கொடுத்தான். அவன் கை வேலைகளை

பார்த்து ஆச்சிர்யப்பட்ட பண்ணையார் அவனிடம் ஒரு பத்திர காகிதத்தை நீட்டினார்.

"அய்யா இது என்ன அய்யா?" என்று கேட்க,

"என் குடும்ப வம்சத்தை காப்பாத்தினதுக்கு ஒரு பரிசு, நீ இருக்கிற தென்னந்தோப்பு 1000 சதுர அடி அதை உன் பெயருக்கு எழுதி தரேன், இது என் குடும்பத்தில் பேசி முடிவு எடுத்தது வாங்கிக்கோ" என்றார்.

அவரின் வள்ளல் தன்மை பார்த்து அவன் கண் கலங்கியது அவரின் அன்புக்கு ஈடேயில்லை என்று நினைத்தான்.

சிதம்பர பண்ணையார் அவர் மகன்களிடம் பேசியபோது அந்த தென்னந்தோப்பு பராமரிக்க முடியலை அந்த மரத்தில் இளநீர் அதிகமாவும் இல்லை ஒன்பது வருஷம் அதுக்கு பராமரிப்பு செலவு தான் ஆச்சு ஒன்னும் லாபம் இல்லை அதனால இனாமா கொடுத்தா கூட போதும் கொடுங்க என்று சொல்லியிருந்தனர்.

இப்போது தென்னந்தோப்புக்குள் வரும்போது ஒருவித இனம் புரியாத சந்தோஷம் அவனுக்குள், அந்த இடத்தை சுற்றி சுற்றி பார்த்தான். 14 மரங்கள், பின்னாடியே ஆறு இதைவிட அருமையான வாழ்க்கை யாருக்குமே கிடைக்காது என்று எண்ணினான். நாலு மரத்திற்கு நடுவில் சுவர் எழுப்பி வீடு கட்ட எண்ணினான், மிச்ச இருக்கும் இடத்தில் இன்னும் நிறைய தென்னங்கன்னு வைக்க வேண்டும் என்று முடிவு செய்தான்.

காலையும் மதியமும் இளநீர் கடை, அந்த கடையிலே தென்னங்கீற்றால் ஆன சிறு சிறு பொம்மைகள் அதற்கு தேவையான பொருள்கள் என்று வாங்கி அவன் வியாபாரத்தை பெரிதாக்க நினைத்தான். பொதுவாகவே தென்னம் பயன் தர எட்டு முதல் பத்து வருடம் ஆகும், இசக்கிமுத்து வந்த நேரம், நல்ல நேரம் அந்த மண் மிகவும் சக்தி வாய்ந்த மண் போல இப்போது இளநீராக காய்த்து

தொங்க ஆரம்பித்தது.

ஒரு நாள் பதினைந்து இளநீர் விற்றது போக ஏகத்துக்கு இளநீர் இருந்தது பட்டணத்தில் சுற்றி உள்ள கிராமத்தில் என்று எல்லா இடத்திற்கும் விற்க முடிவு செய்தான், வேலைக்கு ஆள் இல்லாமல் எதுவும் செய்ய முடியவில்லை.

தினந்தோறும் மதிய உணவிற்கு பக்கத்தில் உள்ள சிற்றுண்டி கடைக்கு செல்வது வழக்கம் அங்கே அந்த கடை முதலாளியின் பெண் இளந்தென்றல் பழக்கமானாள், இருவருக்கும் சில மாதத்தில் காதல் மலர்ந்தது.

வியாபாரமும் சற்று நன்றாக போக ஆரம்பித்தது சிதம்பர பண்ணையாரிடம் விஷயத்தை சொல்லி அவர் தலைமையில் கோவிலில் இசக்கி முத்துக்கும் இளந்தென்றலுக்கும் திருமணம் நடந்தது. இப்போது சிறியதாக சுவர் எழுப்பி வீடு கட்டியிருந்தான் இசக்கிமுத்து.

இளந்தென்றலை தினமும் இளநீர் கடை பார்த்துக்கொள்ள விட்டுவிட்டு வாடகைக்கு வண்டி பிடித்து அடுத்த கிராமத்துக்கும், பட்டிணத்துக்கும் சென்று இளநீர் விற்கலானான். பல இடங்களில் தென்னம் மட்டை தென்னம் கீற்றுக்கு நிறைய கிராக்கியாக இருந்தது அதையும் வியாபாரம் ஆக்கினான்.

நிறைய தென்னம்கன்று வாங்கி இன்னும் நிறைய மரங்கள் நட ஆரம்பித்தான். வியாபாரம் சூடு பிடித்தது.....நன்றாக சம்பாதிக்க ஆரம்பித்தான்.

வருடங்கள் ஓடியது, சிதம்பர பண்ணையார் மனைவி காலமாகி போக, அவர் மகன்கள் வசம் போகவேண்டிய சூழ்நிலை மூன்று மகன்களும் வெவ்வேறு ஊரில், மாறி மாறி அவர்கள் ஊருக்கு செல்லவே சரியாக இருந்தது இதற்கிடையில் சகோதரர்களுக்குள் சொத்து தகராறு வேறு. ஒரு கட்டத்தில் அவர் பங்களா வீடு இடிக்கப்பட்டு இடம்

 கதைப் போமா 

விற்கப்பட்டது மூன்று பாகமாய் பிரித்து கொடுத்தார் பண்ணையார்.

ஆட்கள் யாரும் பராமரிக்க இல்லாததால் பண்ணை, தோப்பு, துறவு எல்லாம் அவர் கை விட்டு போக தொடங்கின, அடுத்த ஆறு வருடத்தில் சிதம்பர பண்ணையாரின் சொத்து மொத்தமும் பறி போனது, மகன்களும் பார்த்துக்கொள்ள சண்டையிட்டு அவரை வீட்டை விட்டு வெளியே அனுப்பினர்.

எங்கு போவது என்று தெரியாமல் தவித்த சிதம்பர பண்ணையார் தற்கொலை செய்து சாகலாம் என முடிவு எடுத்தார் போற உசுரு நம்ம ஊரிலேயே போகட்டும்னு அங்கே இங்கே பிச்சை எடுத்து காசு சேர்த்து நாகர்கோயில் வந்து தாமரைக்குளம் வந்து சேர்ந்தார்.

அன்று இரவே சாக முடிவு எடுத்து அந்த ஆற்றங்கரையில் அவர் வாழ்ந்த ஊரை பார்த்துவிட்டு ஆற்றில் குதித்தார்.சிறிது நேரத்தில் கண் திறந்து பார்க்கும்போது அவருக்கு மேல் தென்னை மரம் பல் இளித்து வரவேற்றது, ஆமாம் இசக்கி முத்து அவரை காப்பாற்றிவிட்டான் இப்போது அதே தென்னந்தோப்பில் கட்டிலில் படுத்து கொண்டிருந்தார்.

சிறிது நேர ஓய்விற்கு பிறகு சிதம்பர பண்ணையார் எழுந்தார் "எதுக்குப்பா என்னை காப்பாத்தின?, என்ன பாவம் பண்ணனோ யார் கண்ணு பட்டுச்சோ என் சொத்து, சுகம், குடும்பம் எல்லாமே என்னை விட்டு போச்சு நான் அனாதை ஆனேன், இதுக்கு மேல நான் யாருக்காக இருக்கனும்".

"அய்யா தாமரைக்குளம் வந்தவர்களை வாழ வெச்சு தான் பழக்கம்னு எனக்கு நீங்க சொன்னீங்க, உங்களால்தான் நான் வாழறேன். இது உங்க இடம் இங்கே தான் என் வீடு, எதிர்க்க தான் நான் முதலில் கட்டிய சின்ன வீடு நீங்க உங்க காலம் முடியற வரைக்கும் நீங்க இங்கேயே இருக்கலாம்".

"இசக்கிமுத்து உன்னை நினைச்சா பெருமயா இருக்கு

சும்மாவா சொன்னாரு எங்க வாத்தியார் எம் ஜி ஆர் தர்மம் தலை காக்கும் தக்க சமயத்தில் உயிர் காக்கும்னு".

அவர் தோப்பை இப்போது தான் திரும்பி பார்க்கிறார் இடமே மாறி இருந்தது, இப்போது 25 மரங்கள், இரண்டு பம்ப் செட், அங்கேயே பங்களா போல வீடு கட்டியிருந்தான்.

"அய்யா இந்த இடம் மட்டுமில்லை இன்னும் ஆறு தென்னந்தோப்பு நாகர்கோயில், கன்யாகுமரி பக்கம் வாங்கி இருக்கேன். இளநீர் கடை இருபது இருக்கு. அது இல்லாம ஒரு பாக்டரிக்கு இளநீர் கொடுக்கிறோம் அவங்க இளநீரை பாட்டில் போட்டு விக்கறாங்க எல்லாத்துக்கும் நமக்கு கமிஷன் வரும். பதினைந்து வருஷம் மேல இருக்கிற தென்னை மரம் எல்லாத்தையும் வெட்டி வித்துட்டேன் அதுக்கும் நல்ல காசு" என்றான் இசக்கிமுத்து.

"சந்தோஷம்டா இந்த இடத்தை தான் நான் முதலில் வாங்கினேன் நானே நட்ட தென்னை மரம் எல்லாம். வருஷங்கள் ஆச்சு ஆனால் பெருசா லாபம் இல்லை. நீ தென்னைமரம் போல எல்லாத்துக்கும் பயன்படற மாதிரி ஒரு வாழ்க்கை வாழ ஆரம்பிச்சுட்ட நிம்மதியா இருக்கு".

"வியாபாரத்தில் கஷ்டம் இல்லை அய்யா ஆனால் வீட்டில் ரொம்பவே கஷ்டம் நீங்க கல்யாணம் பண்ணிவெச்சீங்களே இளந்தென்றல், பேருக்கு மட்டும் தான் அவள் இளந்தென்றல் என் வாழ்க்கைல புயல் தான் வீசிச்சு. இன்னும் குழந்தை இல்லை அதனாலேயே நான் எதுக்கும் லாயக்கு இல்லாதவன்னு என்னை வையரா. நானும் பார்க்காத டாக்டர் இல்லை யாருக்கு குறைன்னு தெரியலை. தென்னம் மட்டும் குலை குலையா காய்க்குது ஆனால் எங்க வம்சம் தழைக்கவே இல்லை நீங்க கல்யாணம் பண்ணி வெச்சதால தான் இப்படி ஆச்சுன்னு என் பொஞ்சாதி சொல்லுது உங்களை இந்த நிலைமையில எப்படி விடறது, எனக்கு வாழ்க்கை கொடுத்த வள்ளல் நீங்க இந்த சின்ன

வீட்டில் தங்கிக்கோங்க, நியாயமா என் வீட்ல தான் தங்க வைக்கணும் என் பொஞ்சாதி பொல்லாதவ என்ன சொல்லுவாளோ உங்களுக்கு எதுக்கு சிரமம், நீங்க அங்கே தூங்குங்க மூணு வேலை சாப்பாடு நான் போடறேன், எல்லா வசதியும் நான் பண்ணி தரேன். உங்களுக்கு உங்க வம்சத்தால பிரச்சனை எனக்கு வம்சமே இல்லைனு பிரச்சனை" என்று ஆதங்கப்பட்டான் இசக்கிமுத்து.

நாட்கள் நகர்ந்தன சிதம்பர பண்ணையார் தென்னந்தோப்பில் காலத்தை கழிக்க ஆரம்பித்தார் தென்னம் அவருக்கு எல்லாம் தந்தது. இசக்கிமுத்து அவரை கண்ணும் கருத்துமாக கவனித்து கொண்டான், அவர் சொன்ன வைத்திய முறையும் பார்த்து குழந்தை பிறப்பதற்கான அனைத்து சிகிச்சையும் எடுத்து வந்தான்.

ஒரு நாள் மரக்கட்டிலில் தென்னந்தோப்பில் தூங்கியவர் தான் திரும்ப எழவில்லை. அவர் மகன்களுக்கு தகவல் சொல்லியும் யாரும் வரவில்லை இசக்கிமுத்து அவருக்கு உரிய மரியாதை செய்து அவரை
அந்த தென்னந்தோப்பில்லேயே புதைத்தான். இப்போது அவனுக்கு செய்தி வந்தது இளந்தென்றலிடமிருந்து, ஆமாம் அவள் கர்ப்பமாக இருக்கிறாள்.

இசக்கிமுத்து குடும்பழும் தென்னம் போல விருத்தியானது சிதம்பர பண்ணையார் வடிவில்.

6

ACP அபர்ணா

ஜனவரி 26, 2018 மதியம் பீச் ரோட்டில் *parade* முடித்துவிட்டு பெண் காவல் படையினர் 34 பேர் அவர்களுக்கான வேனில் ஏறி வந்துகொண்டிருந்தனர்.

வண்டி மிக வேகமாக செல்ல ஆரம்பித்தது, "டிரைவர் ஏன் பா இவ்ளோ வேகமா போற?" என்று ஒரு பெண் போலீஸ் கேட்க

அதை பொருட்படுத்தாமல் டிரைவர் வண்டி ஓட்ட, வண்டி அடையார் பாலத்தை நெருங்கி இருந்தது டிரைவர் இருக்கை முன்னே சென்று பார்த்தபோது, "யார் நீ புதுசா இருக்க வழக்கமா வர ஆள் மாதிரி இல்லையே வேகம் கம்மி பண்ணு" என்று ஒரு பெண் போலீஸ் அதட்டினார்.

சிக்னல் இல் நிற்காமல் அவளை பின்னே தள்ளி விட்டு வெளியே குதித்தான், வேன் அடையார் பிரிட்ஜ் சுவரில் மோதி அப்படியே கீழே கூவம் நதியில் விழுந்தது. அடுத்த சில வினாடிகளில் கூட்டம் கூடியது ஆனால் யாராலும் காப்பாற்ற முடியவில்லை கூவம் ஆறு சகதியில் உள்ளே மாட்டி 34 பெண் போலீஸ் இறந்தார்கள்.

அன்றைய நாள் அனைத்து டிவி சேனல், பத்திரிகைகளில் அது தான் *breaking* நியூஸ், உடனடியாக இதற்கான

விசாரணை தொடங்கப்படும் என்று கமிஷனர் செல்வராஜ் உறுதியளித்தார். *ACP* விக்னேஷ் தலைமையில் தனி படை அமைக்கப்பட்டது.

விக்னேஷ் அன்று வழக்கமாக வரும் ஓட்டுனரை விசாரிக்க சென்றான் அவன் அரசு மருத்துவமனையில் இருப்பதாக தகவல் வந்தது.

அரசு மருத்துவமனையில்....

விக்னேஷ்: நீ தானே செந்தில் நேத்து எப்போ வந்து அட்மிட் ஆனீங்க, வேற யாரை வண்டி ஓட்ட சொன்னீங்க.

செந்தில்: சார் எனக்கு ஏதும் தெரியாது, நேத்து 12 மணிக்கு பார்க்கிங்ல இன்னொரு டிரைவர் ஜூஸ் வாங்கி கொடுத்தான் அதை குடிச்ச உடனே மயங்கிட்டேன் கண் திறந்து பார்த்தா இங்கே இருந்தேன். நேத்து டிவி பார்த்தபோது தான் விஷயமே தெரியும்.
விக்னேஷ்: உனக்கு ஜூஸ் வாங்கி கொடுத்த ஆளு யாரு தெரியுமா அடையாளம் சொல்ல முடியுமா?

செந்தில்: நல்ல உயரம், தாடி வெச்சிருந்தான் முஸ்லீம் பாய் மாதிரி.

விக்னேஷ்: அங்கே எல்லா இடமும் கேமரா இருக்கும் கண்டிப்பா மாட்டுவான், இப்போ உடம்பு தேவலயா?

செந்தில்: இப்போ தேவலாம் சார்

விக்னேஷ்: உடனே என் கூட ஆபீஸ் வாங்க. பார்க்கிங் வீடியோ பார்க்கணும் அதுல யாருன்னு அடையாளம் காட்டணும்.

செந்தில்: உடனே வரேன் சார்.

ஆஃபிஸில் வீடியோ பார்க்கின்றனர்....அதில் குறிப்பிட்ட அந்த நபரை அடையாளம் காட்டினான் செந்தில், 6 அடி உயரம் இருக்கும் மீசை இல்லை, தாடி வைத்திருந்தான், முஸ்லீம் என்று சொல்லி கொள்வதற்கு வேறு அடையாளம் இல்லை. முகம் முழுமையாக தெரியவில்லை சற்று தூரத்தில் உள்ள கேமராவில் பதிவானதால்,

அடுத்து என்ன செய்வதென்று ACP விக்னேஷ் யோசிக்க ஆரம்பித்தான். பார்க்கிங் வந்த அத்தனை வண்டிகளின் நம்பர் எடுத்து விசாரிக்க முடிவெடுத்தான், அப்போதே இரவு 11 மணி ஆகிவிட்டது.

விக்னேஷ்: நீ மறுபடியும் அரசு மருத்துவமனை தானே போகணும் நான் அந்த வழி தான் போறேன் வா என் கூட.

செந்தில்: *சரி சார்*

செந்திலை இறக்கிவிட்டு விக்னேஷ் புரசைவாக்கம் நோக்கி சென்றுகொண்டிருக்கும்போது அவனுக்கு ஒரு பிரைவேட் நம்பரிலிருந்து அழைப்பு வந்தது.

சந்தேக நபர்: *ஹலோ சார் என்னை தான் தேடறீங்கன்னு தெரியும்.*

விக்னேஷ்: *யார் நீ?*

சந்தேக நபர்: *34 பெண் போலீஸ் கொலை கேஸ், நான் தான் பண்ணேன்.*

விக்னேஷ்: *டேய் நீ மட்டும் கைல மாட்டினா சங்கு தாண்டா, போலீசை கொலை செய்யுற அளவுக்கு தைரியம் இருக்கா. உன்னை கண்டுபிடிக்காம விட மாட்டேன்.*

சந்தேக நபர்: *சும்மா கத்தாத உனக்கு ஒரு நியூஸ் கொடுக்க தான் கால் பண்ணேன். இன்னும் நிறைய பெண் போலீஸ் சாவாங்க, ஒன்னு ஒண்ணா நடக்கும் நடத்தி காட்டுவேன்,*

முடிஞ்சா வந்து பிடி.

அழைப்பு துண்டிக்கப்பட்டது.

விக்னேஷ் அழைப்பு நேரத்தை பார்க்க ஒரு நிமிடம் 50 வினாடி காட்டியது உடனே கண்ட்ரோல் ரூம் அழைத்தான் அந்த அழைப்பு வந்த திசை கண்டுபிடித்து அங்கே சென்றான்.

அது ஒரு பழமையான கட்டிடம் ஊருக்கு ஒதுக்குப்புறத்தில், உள்ளே நுழைய கும்மிருட்டாக இருந்தது, சற்று பதுங்கி பதுங்கி உள்ளே சென்றான். மாடியில் சிறிது வெளிச்சம் தெரிந்தது, கையில் துப்பாக்கியுடன் தயாராக இருந்தான். மாடிக்கு சென்றவுடன் ஒருவன் ஓடும் சத்தம் கேட்டது, துப்பாக்கி எடுத்து சுட்டான்.....சிறிது நேரம் நிசப்தம்.

சந்தேக நபர்: வாங்க சார் உங்களை தனியா வரவைக்க தான் அழைச்சேன். இனி இந்த கேஸ் எடுத்து நடத்துற எந்த போலீஸ் ஆனாலும் உயிரோட விட கூடாதுனு முடிவு பண்ணிட்டேன்.

விக்னேஷ்: தனியா வந்து மாட்டுவேன் நினைச்சா அது உன் முட்டாள் தனம், இப்போ இந்த கட்டிடம் சுத்தி போலீஸ் இறங்கியாச்சு உன்னால தப்பிக்கவே முடியாது.

பக்கத்தில் ஜன்னல் வழியே எட்டி பார்க்க, சத்தமில்லாமல் ஏகப்பட்ட போலீஸ் உள்ளே நுழைய காத்திருந்தனர். தன்னை முட்டாளாகியதை எண்ணி மிகவும் கோவமானான். விக்னேஷை நோக்கி சுட்டான் அதில் தப்பித்து அவனருகில் வந்த விக்னேஷ் அவனை மடக்கி பிடித்தான்.

நேராக கீழே சென்றவுடன் ஜீப்பில் ஏறுவதற்கு சற்று முன், *ACP* விக்னேஷை தள்ளி பக்கத்தில் இருக்கும் போலீஸ் துப்பாக்கியை எடுத்து மட மடவென சுட ஐந்து போலீஸ் சம்பவ இடத்திலேயே படுகாயமடைந்தனர், ஜீப் எடுத்து

தப்பி சென்றான், மற்ற போலீஸ் எதுவும் செய்ய முடியாமல் திணறியது, ஏனென்றால் அவன் சுட்ட அந்த ஐந்து பேரில் *ACP* விக்னேஷு'ம் ஒருவன்.சிறுது மூச்சு திணறலுடன் விக்னேஷ் இருந்தான்.

அவசர அவசரமாக பக்கத்தில் உள்ள மருத்துவமனை செல்லப்பட்டது அவனை ரத்த கோலத்தில் பார்த்த டாக்டர் ஸ்வர்ணா அதிர்ச்சியானாள், ஆமாம் ஸ்வர்ணா தான் விக்னேஷின் மனைவி அவள் வேலை பார்க்கும் மருத்துவமனைக்கு தான் விக்னேஷ் கொண்டு செல்லப்பட்டான், எவ்வளவோ முயற்சி செய்தும் எல்லாம் தோல்வியில் முடிந்தது *ACP* விக்னேஷ் இறந்து விட்டான்.

விக்னேஷின் சடலம் அவர் வீட்டில் வைக்க பட்டிருந்தது, விக்னேஷ் மற்றும் ஸ்வர்ணாவிற்கு இருக்கும் ஒரே சொந்தம் அபர்ணா. பெங்களூரில் இருந்து வந்து இறங்கினாள் *ACP* அபர்ணா *IPS*.

ஸ்வர்ணாவிடம் எப்படி ஆறுதல் சொல்வதென்று தெரியவில்லை, மனதை கட்டுப்படுத்தி அழுகையை அடக்கினாள், மற்ற போலீசுடன் நடந்தவற்றை விசாரித்தாள் அபர்ணா.

அபர்ணா & ஸ்வர்ணா இரட்டை குழந்தைகள் இருவரும் அச்சு அசலாக ஒரே மாதிரி இருப்பர். அபர்ணாவும் விக்னேஷு'ம் போலீஸ் ட்ரைனிங்கில் ஒன்றாக இருந்தவர்கள், அபர்ணா விக்னேஷை ஒரு தலையாய் காதலிக்க விக்னேஷ் அவள் தங்கை டாக்டர் ஸ்வர்ணாவை விரும்பினான், ஒரு கட்டத்தில் ஸ்வர்ணாவும் விக்னேஷை காதலிப்பது தெரிந்து தங்கைக்காக தன் காதலை விட்டு கொடுத்தாள் அபர்ணா.

திருமணமாகி நான்கு வருடம் ஆகிறது இன்னும் குழந்தை இல்லை. இவர்களோடு ஒன்றாக வாழாமல் தனியாக இருக்க வேண்டும் என்று திருநெல்வேலியில் பதவி மாற்றம் வாங்கி

செ்ன்றுவிட்டாள்.

கடைசி காரியங்கள் அனைத்தும் முடிந்தபின், கமிஷனர் செல்வராஜை சென்று பார்த்தாள்.

அபர்ணா: சார் இந்த பெண் போலீஸ் கொலை வழக்கு நான் பார்க்கணும், இதோட மொத்த விவரமும் எனக்கு வேணும்.

செல்வராஜ்: உங்க கோவம் எனக்கு புரியுது நீங்க திருநெல்வேலியிலிருந்து மாற்றல் வாங்கி வர ஏற்பாடு செய்யுங்க, இதில் நீங்க விக்னேஷ் உறவுக்காரன்னு யாருக்கும் தெரிய கூடாது புரியுதா.

அபர்ணா: விக்னேஷ் இறந்துட்டார், அவரையும் சேர்த்து 35 போலீஸ் ஒருத்தன் கொலை பண்ணிருக்கான் அவனை எப்படி விட சொல்றீங்க. நான் கமிஷனரிடம் பேசி சென்னை மாற்றம் வாங்கிட்டு வரேன் அதுவரைக்கும் இந்த கேஸ் வேற யார் கைக்கும் போக கூடாது ப்ளீஸ் கொஞ்சம் உதவி பண்ணுங்க.

செல்வராஜ்: சரி நீங்க ஆர்டர் கொடுங்க இந்த கேஸ் நீங்க பார்க்க நான் அனுமதிக்கறேன்.

அபர்ணா நடந்தவற்றை கமிஷனரிடம் விளக்கி சென்னை மாற்றம் செய்ய கோரிக்கை விடுத்தாள், அவரும் இரண்டு வாரத்தில் செய்து கொடுப்பதாக உறுதியளித்தார்.

கமிஷனர் ஆபீஸ் வேலை முடித்து அபர்ணா ஆட்டோவில் வீட்டிற்கு சென்றாள். ஆட்டோ ஓட்டுநர் ஒரு பெண், ஆட்டோ சென்றுகொண்டிருக்கும்போது ஒருவன் வண்டியில் வேகமாக இடிப்பது போல் வந்து திரும்பினான், ஆட்டோவை லாவகமாக திருப்பி நிறுத்திவிட்டு அவனை பார்த்து கெட்ட வார்த்தையில் திட்ட, அவன் வண்டியுடன் திரும்பி வந்து அந்த ஆட்டோ ஓட்டுனரை அடிக்க முயன்றான், இதை உள்ளிருந்து பார்த்துக்கொண்டிருந்த அபர்ணா இறங்கி வந்து, "பொம்பளை மேல கை

வைக்கிறியா" என்று அவனை நாலு அறை விட்டாள்.
அங்கே கூட்டம் கூட அவன் எப்படியோ அதில் புகுந்து
புகுந்து தப்பித்து ஓடி விட்டான்.

வீட்டிற்கு வந்து இறங்கியதும் அந்த பெண் ஓட்டுனரை
பத்திரமாக போக சொல்லிவிட்டு காசை கொடுக்க,
அவளிடம் சில்லறை இல்லை, ஸ்வர்ணாவிடம் வாங்கி வர
உள்ளே செல்ல அங்கே ஸ்வர்ணா ஒரு மாதிரி சோர்வாக
அமர்ந்திருந்தாள்.

என்னவென்று கேட்டு முடிப்பதற்குள் மயக்கமானாள்
ஸ்வர்ணா, அவளை அதே ஆட்டோவில் ஏற்றி
மருத்துவமனை சென்றாள், சில நிமிட பரிசோதனைக்கு
பின், அபர்ணாவிடம் ஸ்வர்ணா கர்ப்பமாக இருக்கிறாள்
என்று சொல்லப்பட்டது. ஒரு பக்கம் சந்தோஷமாக
இருந்தாலும் ஒரு பக்கம் துக்கம் தாங்க முடியவில்லை
அபர்ணாவிற்கு.

அடுத்த நாள், அவளுக்கான வேலை மாற்றம் உறுதியானது.
ஒரு நாள் திருநெல்வேலி சென்று வீட்டை காலி செய்து
வந்தாள்.

தொலைக்காட்சியில் *breaking news* ஒளிபரப்பானது, *34* பெண்
போலீஸ் கொலை வழக்கை விசாரணை செய்ய புதிய
துணை கமிஷனர் அபர்ணா விசாரணையை
தொடங்கியுள்ளார் இதை பற்றி அவர் செய்தியாளர்களிடம்
கூறுகையில், அந்த கொலை குற்றவாளி இன்னும் *48* மணி
நேரத்தில் பிடித்துவிடுவோம் என்று உறுதியளித்தாள்.

இதை வேறு ஒரு இடத்தில் தொலைக்காட்சியில் பார்த்த
விஷ்வா கொந்தளித்தான், என்னை நடு ரோட்டில் அறைந்த
உனக்கு பாடம் புகட்டுகிறேன் என்று வெறி கொண்டான்.

கேஸ் ஆரம்பித்த முதல் நாள், அன்று விக்னேஷ் இறந்த
கட்டிடத்தை சோதனை செய்தாள் அபர்ணா, அங்கு எடுத்த
போட்டோஸ் அனைத்தையும் பார்த்தாள் அதில் ஒரு

போட்டோ அந்த வேன் புகைப்படமாக மாட்டி இருந்தது, இதை நிச்சயம் பல நாள் நிதானமாக யோசித்து செய்தது போல யூகித்தாள்.

இரண்டு நாளாக அபர்ணா வீட்டை நோட்டமிட்ட படியே இருந்தான் விஷ்வா, எப்போது சந்தர்ப்பம் கிடைத்தாலும் அதை நழுவ விடக்கூடாது என்று உறுதியாக இருந்தான்.ஒரு ரோட்டின் முடியும் இடத்தில் அவள் வீடு இருந்தது, இன்னொரு ரோடு வலது பக்கம் இணையும், இடது பக்கத்தில் அவள் வீடு.

ஒரு நாள் போலீஸ் ஜீப் வந்து கொண்டிருந்ததை கவனித்தான், அவள் வீட்டின் 500 அடிக்கு முன் ஜீப் ஏதோ கோளாறால் நின்றது, அவள் இறங்கி, வீடு பக்கம், தான் நடந்து செல்கிறேன் என்று வீட்டை நோக்கி வர, இவன் அவள் வரும் இடது பக்கத்தில் வண்டியில் முகத்தை மறைக்கும் கருப்பு ஹெல்மெட் போட்டு வண்டி நம்பர் தெரியாதபடி மறைத்து தயாராக இருந்தான்.அவள் வீட்டருகே வந்து சாலையை கடக்க முயன்ற அந்த சில நொடிகளில் வண்டியை வேகமாக கிளப்பி அவளருகே வந்து ஒரு கூர்மையான கத்தி அவள் கழுத்தை பதம் பார்த்தது, சடாரென சரிந்தாள், கூட்டம் அலறியடித்து கூடியது போலீஸ் ஜீப்பின் ஓட்டுநர் கிடு கிடுவென ஓடி வந்து பார்க்க உடனே அழைத்தான்.

ஓட்டுநர்: மேடம், உங்க வீட்டு வாசலில் யாரோ வண்டியிலே வந்த ஒருவன் உங்க தங்கை ஸ்வர்ணாவை கொலை பண்ணிட்டான்.

திடுக்கிட்டு எழுந்தாள் அபர்ணா, அவள் வீட்டு பக்கத்திலிருக்கும் மருத்துவமனைக்கு விரைந்தாள், ஸ்வர்ணா இறந்த செய்தி மட்டுமே கிடைத்தது. வாழ்க்கையே இருட்டாகி போனது போல் இருந்தது அபர்ணாவுக்கு கோவத்தில் அங்கே இருந்த நாற்காலியை எட்டி உதைத்தாள்.

இந்த செய்தி தொலைக்காட்சியில் பரபரப்பாக ஓடி கொண்டிருந்தது இதை பார்த்த விஷ்வா மிகவும் கடுப்பானான் அப்போ செத்தது அவள் இல்லையா?

அபர்ணாவிற்கு பிரைவேட் நம்பரிலிருந்து அழைப்பு வந்தது, உஷாராக ரெகார்ட் பட்டனை அமுக்கினாள்.

விஷ்வா: *ACP அபர்ணா, உன்னை தான் கொல்லனும் நினைச்சேன் ஆனால் உன்னை மாதிரி உனக்கு ஒரு தங்கச்சி இருக்கிறது தெரியாம போச்சு. உன்னை ஒரு நாள் கொன்னே தீருவேன். என்னை ஒரு நாள் நடு ரோட்டில அடிச்ச ஞாபகம் இருக்கா, அதுக்கு உன்னை பழி தீர்க்காம விட மாட்டேன்.*

அழைப்பு துண்டிக்க பட்டது.

அபர்ணா யோசனை செய்து பார்த்தாள் அன்று கமிஷனர் ஆபீஸ் முடித்து வீட்டிற்கு வரும்போது ஆட்டோவில் நடந்த சம்பவம் நினைவுக்கு வந்தது....

அது மயிலாப்பூர் இடம், அங்கே சென்று பார்க்கையில் பரபரப்பான ரோடு ஆக இருந்தது, இரண்டு பக்கமும் கடைகள் இருந்தன, கேமரா ரோடு பக்கமும் இருந்தது.இரண்டு பக்க கடைகளிலும் அந்த தேதி, குறிப்பிட்ட நேரம் கொடுத்து அந்த விடியோவை பார்வையிட்டாள், ஒரு கடையின் வீடியோவில் அவன் படம் தெளிவாக பதிவாகியிருந்தது. அந்த முகத்தை வைத்து கைதிகளின் பட்டியலில் அவன் முகம் எதிலாவது பொருந்துதா என்று பார்க்க.....

ஒரு புகைப்படத்தில் பொருந்தியது, விவரங்களை எடுத்து பார்த்தபோது சற்று அதிர்ச்சியானாள், அவன் முழு பெயர் விஸ்வேஸ்வரன், 14 வயதில் கும்பகோணத்தில் தன் பெற்றோரை கொன்றதாக ஒரு பெண் போலீஸ் இன்ஸ்பெக்டரை கொலை செய்து சிறுவர் சீர்திருத்த பள்ளியில் 15 ஆண்டுகள் கடுங்காவல் தண்டனை விதிக்கப்பட்டு, சென்ற வருடம் கடுங்காவல் தண்டனை

முடிந்து வெளியே வந்திருக்கான்.

அபர்ணா ஒரு முடிவுக்கு வந்தாள் தன்னை கொலை செய்வதாக மிரட்டியவனும், பெண் போலீஸ் கொலை வழக்கில் தேடுபவனும் ஒரே ஆளாக இருக்க கூடுமென்று. ஜனவரி 26 எடுத்த அந்த பார்க்கிங் வீடியோ பார்த்தபோது சற்று பொருந்தி வருவதுபோல் தான் தோன்றியது. அதில் முஸ்லீம் போல தாடி வைத்திருந்தான், இந்த புகைப்படத்தில் மீசை, தாடி இல்லாமல் இருந்தான்.

அவன் புகை படத்தை தொலைக்காட்சி, வலை தளம் அனைத்திலும் போடப்பட்டது. அவனை அடையாளம் காட்டுபவர்க்கு தகுந்த பரிசு என்று அறிவிக்கப்பட்டது. சிட்டி முழுவதும் அவனை தேடும் பணி தீவிரமாக நடந்தது.

தான் கூடிய விரைவில் மாட்டி கொள்ள போகிறோம் என்று விஷ்வாக்கு புரிந்துவிட்டது. அவனை எங்கும் நகரவிடாமல் தடுத்து நிறுத்திவிட்டாள் அபர்ணா. இப்போது பூந்தமல்லி தாண்டி ஒரு வீட்டில் மறைந்திருந்தான் விஷ்வா. வெளியே போக முடியாமல் பசி வாட்டியது, ஸ்விக்கியில் ஆர்டர் செய்தான், உணவு வந்து கொடுக்கும்போது முகத்தை துண்டால் மறைத்துக்கொண்டு வந்து வாங்கினான், அவன் அவரிடம் காசு கொடுக்கும்போது காசு கீழே விழ அதை எடுக்கையில் அவன் துண்டு சற்று விலகியது அவன் முகத்தை ஸ்விக்கி டெலிவரி ஆள் பார்த்துவிட்டு அங்கிருந்து வெளியேறிவிட்டு போலிஸிடம் தகவல் கொடுக்க, அபர்ணா அவள் குழுவுடன் அங்கே சென்றாள்.

இதை சற்றும் எதிர்பார்க்காத விஷ்வா அங்கிருந்து தப்பிக்க முயற்சிக்க அது தோல்வியில் முடிந்தது. அவனை கைது செய்தது போலீஸ், தனியாக விசாரிக்க ஜெயிலில் அவனை சித்ரவதை செய்தாள் அபர்ணா. 34 பெண் போலீஸ், ஸ்வர்ணா, விக்னேஷ் அனைவரின் மரணத்துக்கும் பதில் கிடைத்தே தீர வேண்டும் என்று அவனை அடித்து துவைத்தாள்.

அபர்ணா: ஒழுங்கா உண்மை சொல்லிடு, எதுக்காக இப்படி கொலை செஞ்ச?

சிறிது நேரம் பேசாமல் இருந்தவன், கதறி அழ தொடங்கினான்

விஷ்வா பேச தொடங்கினான்.....

விஷ்வா: நாங்க ரொம்ப நடுத்தர குடும்பம் சந்தோஷமா வாழ்ந்தோம் கும்பகோணத்தில், எங்க அப்பா ஒரு மளிகை கடை வெச்சிருந்தார் எங்க கடைல எப்போவும் கூட்டம் நிறைய இருக்கும்.

ஒரு நாள் பக்கத்தில் இருக்கும் கோவிலுக்கு மினிஸ்டர் வாறார்னு ஏற்பாடு தட புடலா பண்ணாங்க. அப்போ கும்பகோணம் பெண்கள் காவல் நிலைய இன்ஸ்பெக்டர் ருத்ரா, ரொம்ப மோசமானவங்க. எங்க கடை கூட்டத்தை அடிச்சு ஓட விட்டாங்க எங்க கடை பொருளை கீழே தள்ளி விட்டாங்க. நியாயமா கோவப்பட்டு எங்க அப்பா போய் கேட்க, அவரையும் என் முன்னாடியே அடிச்சாங்க. என்ன தான் இருந்தாலும் ஒரு பொது இடத்துல தான் தப்பு செய்யாததுக்கு ஒரு பெண் அவரை அடிச்சது அவரால பொறுத்துக்க முடியலை திருப்பி அடிச்சிட்டாரு.

அதுக்காக அவரை கைது பண்ணி ஜெயில்ல அடிச்சு மனுஷ தன்மையே இல்லாம துன்புறுத்தினாங்க அதுல எங்க அப்பா செத்துட்டாரு. அவர் மேல பிராந்தி ஊத்தி நடு ரோடுல போட்டுச்சு போலீஸ். தண்ணி அடிச்சு செத்துட்டான்னு ஊரை நம்ப வெச்சுது போலீஸ். எங்க அப்பா தண்ணி அடிச்சதே இல்லை என்னிக்கும்.

இதை நியாயம் கேட்க போன எங்க அம்மாவை விபச்சார கேஸ்ல உள்ளே வைத்து அடிச்சு துன்புறுத்தி அவங்களையும் கொன்னுட்டாங்க. ரொம்ப நேரம் ஆகியும் வீட்டுக்கு வராத அம்மாவை தேடி நான் போலீஸ் ஸ்டேஷன் போகும்போது எங்க அம்மாவை பிணமா எங்கேயோ எடுத்திட்டு

போனதை நான் பார்த்தேன், அப்போ வந்த கோவத்திற்கு பக்கத்தில் இருந்த போலீஸ் துப்பாக்கி மேலே இருந்த கத்தி எடுத்து அந்த ருத்ராவை குத்தி கொலை பண்ணேன்.

எனக்கு 15 வருஷம் ஜெயில் தண்டனை கொடுத்தாங்க, சீர்திருத்த பள்ளில போட்டாங்க, வெளிய நான் நல்லவன் மாதிரி தான் காட்டி கொண்டேன் ஆனால் உள்ளே பெண் போலீஸ் என்றாலே ஒரு வெறி வந்துச்சு, அந்த வெறியை உள்ளுக்குள்ளேயே 15 வருஷம் அடக்கினேன்.

போன வருஷம் விடுதலையானேன் எனக்குள்ள தூங்கிட்டு இருந்த அந்த மிருகம் வெளிய வந்தான், வெளிய வந்த முதல் நாளே வெளிய கான்ஸ்டபிள் பெண் போலீஸ் பார்த்தேன், எந்த பெண் போலீஸ் பார்த்தாலும் எனக்கு ருத்ரா முகம் தான் தெரிஞ்சது அன்னிக்கே அவளை கொன்னு புதைச்சேன், கடந்த ஒரு வருஷத்தில் என் கண்ணுல பட்ட எந்த பெண் போலீஸும் விட்டு வைக்கலை 10 பெண் போலீஸ் கொன்னிருக்கேன், இன்னும் பெருசா பண்ணனும் வெறி வந்துச்சு 34 பேரு பெண் போலீஸ் ஒரே நேரத்தில் கொன்னேன். என்னை பிடிக்க வந்த போலீஸ் கூட்டத்தையும் கொன்னேன்.

உன்னை ஒரு நாள் ரோடில் பார்த்தேன் என்னை அடிச்ச, என்னை யார் அடிச்சாலும் ஏத்துக்கவே முடியாது அதும் ஒரு பொம்பளை என் மேல கை வெச்சது எனக்கு சுத்தமா பிடிக்கலை அதும் நீ போலிஸ்ன்னு தெரிஞ்சது அப்புறம் எப்படி சும்மா இருப்பேன், நீன்னு நினைச்சு தான் கொன்னேன் ஆனால் உன் தங்கச்சின்னு தெரியாது. எப்படியும் ஒரு நாள் மாட்டுவேன்னு தெரியும் சாகுறதுக்குள்ளே மத்தமல பெண் போலீஸ் கொல்ல முடியுமோ கொல்லனும் இருந்தேன் 44 பெண் போலீஸ், 5 ஆண் போலீஸ் மொத்தம் 49 கொலை. 50 ஆவது உன் தங்கச்சி.

அவள் காலால் அவன் நெஞ்சிலே மிதித்தாள், சுத்தியல் எடுத்து அவன் கால் முட்டியில் ஓங்கி அடித்தாள் அவன்

அலறி துடித்தான். கொலையானவர்கள் அத்தனை பேரின் தகவலும் வாங்கி வீடியோ பதிவு செய்தாள்.

"உன்னை போன்ற சைக்கோவை கோர்ட்டில் ஒப்படைத்து மறுபடியும் தண்டனை வாங்கி கொடுத்து ஜெயிலுக்கு அனுப்பி நேரத்தை கடத்தறது நல்லதில்லை, நீ இப்போவே இந்த நிமிஷமே சாகனும்" என்று சொல்லி துப்பாக்கியில் உள்ள புல்லட் தீரும் வரை அவனை சுட்டு கொன்றாள்.

குற்றவாளி தப்பி ஓட முயன்றததால் போலீஸ் சுட்டு கொன்றனர் என்று கேஸ் மூடப்பட்டது.

ஒரு போலீஸ் செய்த தவறினால் ஓர் அப்பாவி ஒரு மாபெரும் கொலைகாரன் ஆனதை நினைத்து வருத்தம் கொண்டாள். ஒரு போலீஸ் செய்த ஒரு தவறினால் எவ்வளவு போலீசை இழக்க வேண்டியதாயிற்று என்று நினைத்து வருத்தமானாள். இனி எந்த போலீஸ் தப்பு செய்தாலும் அவர்களுக்கு தகுந்த தண்டனை கிடைக்க சட்டம் கொண்டு வர வேண்டும் என்று நினைத்து கொண்டு அடுத்த வேலைக்கு தயாரானாள் அபர்ணா.

7

இரண்டாம் உலகம் - திறப்பு விழா

இந்திரலோகத்தில் ஒரு தனி அறையை ஏற்பாடு செய்திருந்தார்கள், மும்மூர்த்தி கடவுளான பிரம்மன், பெருமாள், சிவன் வந்தனர், கூடவே இந்திரனும், எமதர்மனும்.

எமதர்மன் முன்னுரையை பேச ஆரம்பித்தார்.

எமதர்மன்: இப்போயிருக்கும் கால கட்டத்தில் தற்கொலைகள் மிக அதிகமாகி கொண்டே போகின்றன. நான் செய்ய வேண்டிய வேலையை அவர்களே செய்து கொண்டு என் உயிரை வாங்குகின்றனர். அவர்களுக்கு சொர்கத்திலோ நரகத்திலோ இடம் கொடுக்க முடியாத சூழ்நிலை எல்லோரும் பூமிக்கும் வானுக்கும் நடுவில் சுற்றி இடைஞ்சல்கள் பண்ணுவதால் அவர்களுக்கென்று ஒரு உலகம் படைத்து அவர்களை அங்கே அனுப்பி விடலாம் என்று முழூர்த்திகள் முடிவு செய்து இரண்டாம் உலகத்தை உருவாக்கியுள்ளனர். இந்த உலகத்தில் மொத்தம் நான்கே ஊர் தான்.

இப்போது முமூர்த்திகள் இரண்டாம் உலகத்தை திறந்து வைப்பார்கள்.

அவர்கள் மூவரும் கையை உயர்த்தி ஆசீர்வாதம்
பண்ணுவதுபோல் உயர்த்த, மூன்று வெளிச்சம் பிறக்கின்றது
இரண்டாம் உலகம் வண்ண விளக்குகள், பலூன்கள் சூழ
திறக்கப்பட்டது.

மும்மூர்த்திகள் மூவரும் வந்த வேலை முடிந்தது என்று
கிளம்ப. சிறப்பு விருந்தினராக இந்திரனை கூட்டிக்கொண்டு
இரண்டாம் உலகத்தை சுற்றி காட்ட கிளம்பினார் எமதர்மன்.

ஒரு திறந்தவெளி ரயில்பெட்டி வந்தது ரோலர் கோஸ்டர்
போல் ஏறி இறங்கி ஏறி இறங்கி எங்கோ சென்றது. போகிற
வழியில் எல்லா ஊரிலும் என்ன விசேஷம் என்று இந்திரன்
கேட்க எமதர்மன் தொடர்ந்தார்.

எமதர்மன்: தற்கொலைகளை மூன்றாக பிரித்துள்ளோம்
ஒன்று குழந்தை இல்லாமல் மன உளைச்சலில் தற்கொலை
செய்வது, இரண்டு காதல் தோல்வியால் தற்கொலை
செய்வது, மூன்று பண பிரச்சனையால் தற்கொலை செய்வது.

கொலையானவர்கள் எல்லாம் இங்கே வர முடியாது
அவர்களை சொர்கத்திலோ நகரத்திலோ மாற்றி விடுவோம்.

பேசி முடிக்கையில் முதல் ஊர் வந்தது....

எமதர்மன்: வாங்க இந்திரா இது தான் முதல் ஊர் **பேபி புறம்**.

இந்திரன்: பெயரே வித்யாசமாக இருக்கிறதே இங்கு என்ன
விசேஷம். இது என்ன குழந்தை பூங்கா போலவே
இருக்கிறது எங்கும் எங்கும் குழந்தை மயமாகவே
இருக்கிறதே.

எமதர்மன்: இங்கு எங்கும் குழந்தைகளாவே இருக்கும்
எல்லாமே பேசும் குழந்தைகள், குட்டி கிருஷ்ணா, குட்டி
முருகா, குட்டி ஜீசஸ், குட்டி நபிகள், குட்டி சின் சான், குட்டி
டோரா இப்படி உள்ளே வரும்போது இவர்கள் உங்களோடு

ஓடி பிடித்து விளையாட வருவார்கள், உப்பு மூட்டை தூக்க சொல்வார்கள், யானை போல் மேல உட்காரவைத்து போக சொல்வார்கள் திகட்ட திகட்ட குழந்தையின் இன்பம் இங்கே கிடைக்கும், குழந்தை இல்லாமல் தற்கொலை செய்தவர்களை இங்கே அனுப்புவோம் அவர்களும் மனமகிழ்ச்சி அடைவர்.

இந்திரன்: அருமை, அற்புதம் மிக நல்ல முயற்சி தர்மா.

எமதர்மன்: வாருங்கள் இரண்டாம் ஊருக்கு செல்வோம் மீண்டும் திறந்தவெளி ரயில் வர அதில் பயணமாகிறார்கள்.....

சிறிது நேரத்தில் இரண்டாம் ஊர் வந்தது.

எமதர்மன்: வாருங்கள் இந்திரா இந்த ஊர் தான் **லவ் பேட்டை**

இந்திரன்: லவ் பேட்டை, அடடா இங்கு என்ன விசேஷம். அட வானத்திலிருந்து இதயம் பொம்மைகள் கொட்டிக்கொண்டே இருக்கின்றனவே.

எமதர்மன்: இங்கே காதல் தோல்வியில் இறந்தவர்களை அனுப்புவோம் இங்கிருக்கும் மக்களோடு அவர்கள் காதல் கொள்ளலாம் ஜாலியாக இருக்கலாம், காதலில் மட்டுமே இந்திரா நீங்கள் உங்கள் அந்தபுரத்தை நினைக்காதீர்கள். இங்கே காதல் செய்யவே பெண்களும் ஆண்களும் படைக்கப்பட்டிருக்கின்றனர். வரிசை கட்டி வந்து காதலை தூண்டி விடுவர்.

அதோ பாருங்கள் அந்த அருவி கூட இதய வடிவில் கொட்டும், பாறைகளும் இதய வடிவிலேயே இருக்கும். இறந்தவர்களில் நிறைய 90's kid ஆண்கள் இருக்கிறார்கள், இங்கு வந்தாவது பெண்களோடு பேசட்டும் என்று தான் இந்த ஏற்பாடு இங்கேயும் பேசலைனா அவங்க வாழ்க்கை கஷ்டம் தான்.

இந்திரன்: நன்று நன்று இது நிச்சயமாக மக்களுக்கு உதவும்.

அடுத்த ஊரை நோக்கி புறப்பட்டனர்.....

எமதர்மன்: வாருங்கள் இந்திரா அடுத்த ஊர் வந்து விட்டது, இந்த ஊர் பெயர் **மணி சேரி**

இந்திரன்: இது என்ன இங்கு மரத்தில் பணம் விளைந்து தொங்குகிறது...

எமதர்மன்: அது தான் இங்கே விசேஷம், பண பிரச்னையால் தற்கொலை செய்தவர்களை இங்கே அனுப்புவோம் அவர்கள் பண மரத்தை வளர்க்க வேண்டும், விவசாயம் பார்க்க வேண்டும் பயிர்கள், செடிகள், மரங்கள் வளர்ந்து பணத்தை முளைக்கும் எல்லா வகையான ரூபாய் நோட்டுகளும், பயிர்களில் பத்து ரூபாய் நோட்டும், செடிகளில் ஐம்பது ரூபாய் நோட்டும், மரங்களில் நூறு, ஐநூறு, இரண்டாயிரம் நோட்டுகள். எவ்வளவு பணம் அறுவடை செய்து கொடுக்கிறார்களோ அவர்கள் கடன் பிரச்சனைக்கேற்ப அந்த பணத்தை பூலோகத்தில் அவர்கள் குடும்பத்திற்கு மறைமுகமாக அனுப்பிவிடுவோம்.

இந்திரன்: அடடே இந்த சேவை மிக அருமையாக இருக்கிறதே, இந்த ஊருக்கு தான் அதிக கூட்டம் வரும் போலிருக்கிறதே.

எமதர்மன்: ஆமாம் இந்திரா, வாருங்கள் அடுத்த ஊர் செல்வோம்.

திறந்தவெளி ரயில் பேட்டி வருகிறது நீண்ட நேர பிரயாணமாக போகிறது....ஒரு வழியாக ஊர் வந்தது.

எமதர்மன்: வாருங்கள் இந்திரா இந்த ஊர் பெயர் **மரண குப்பம்.**

இதுவரை பார்த்த மூன்று ஊரும் இப்போது வீடியோவில் தற்கொலை செய்த மக்களுக்கும் காண்பிக்கப்பட்டது. இனி இந்த ஊர் மட்டும் காண்பிக்க படாது.

இந்திரன்: மரண குப்பம் பெயரே பயங்கரமாக இருக்கிறதே.ஏன் இது மட்டும் அவர்களுக்கு தெரியாது.

எமதர்மன்: காரணம் இருக்கிறது இந்திரா நாங்கள் செய்ய வேண்டிய வேலையை அவர்களே செய்து கொள்கிறார்களே இது தவறில்லையா அதற்கு தண்டனை கொடுக்க வேண்டும் இல்லையா, அதே போல் தற்கொலை செய்து பூலோகத்தில் எத்தனை எத்தனை மக்களை தவிக்க விட்டு வந்திருப்பார்கள் அதற்கு இங்கே தண்டனை கொடுக்கப்படும்.

எப்போது குழந்தைகளோடு விளையாடி அப்பாடா சந்தோஷம் என்று மனநிறைவாகிறார்களோ அப்போது இந்த ஊருக்கு மாற்றப்படுவார்கள், அதே போல எப்போது காதலில் மூழ்கி காதல் சிறந்தது என்று சந்தோஷமடைகிறார்களோ இங்கே வரவைக்க படுவர், எவ்வளவு அதிகமாக காசு சேமித்து கடன் தீர்ந்தது என்று எண்ணுகிறார்களோ இங்கே மாற்றப்படுவர், இங்கே அவரவர்க்கேற்ப தண்டனை அனுபவித்து மீண்டும் பிறக்க செல்வார்கள்.

இந்திரன்: சிறப்பு இப்படி செய்தால் தான் மீண்டு பூலோகம் சென்று தற்கொலை செய்யும் எண்ணமே இல்லாமல் வாழ ஆரம்பிப்பர்.

எமதர்மன்: அவ்வளவு தான் இந்திரா நான்கு ஊரும் முடிந்து விட்டது.

இப்போது வெளியே சென்றால் அங்கே பெரிய கதவு இருக்கும் ரிப்பன் கட்டி இருக்கும் அதை திறப்பு விழா செய்வது உங்கள் வேலை.

கூட்டம் அதிகமாக இருக்கிறது இந்திரா திறந்தவுடன் நகர்ந்து விடவும் திரையரங்குக்குள் செல்வது போல கூட்டம் அலை மோதும்.

இந்திரன் திறப்பு விழா செய்ய கூட்டம் அவரவர் ஊருக்கு செல்லப்பட்டது.

இரண்டாம் உலகம் சிறப்பாக திறக்கப்பட்டது.

8

மர்ம கனவுகள்

சீதாராமன் ஐம்பது வயதை கடந்தவன், நல்ல அசதியில் நன்கு உறங்கி கொண்டிருந்தான், அவன் கனவில் அவன் காய் கறி வாங்க மார்க்கெட்டில் நின்று கொண்டிருந்தான் எங்கும் மிக அதிகமான மழை பெய்து கொண்டிருக்கிறது, அங்கே சற்று தொலைவில் பூக்கடை பக்கம் மஞ்சள் சட்டை கருப்பு முக்கால் பேண்டுடன் ஒருவன் வந்து கொண்டிருந்தான், பார்ப்பதற்கு வெளிநாட்டிலிருந்து வந்தவன் போல் தோன்றியது.அவன் தண்ணீரில் வழுக்கி விழ பக்கத்தில் உள்ள மின் கம்பத்தை பிடிக்க அதிக மின்சாரம் தாக்கி அங்கேயே இறந்து போகிறான், அந்த நேரத்தில் அவரை யாரோ தட்டினார்கள் திடுக்கிட்டு கண் விழித்து பார்த்தால் அவள் மனைவி அவரை எழுப்பி கொண்டிருந்தாள். இப்படி நிஜம் போலவே ஒரு கனவு இதுவரை வந்தது இல்லை என்று நினைத்துக்கொண்டு பதட்டத்துடனே எழுந்தார் சீதாராமன்.

சீதாராமன் மனைவி விசாலாட்சி அவரிடம், ''எனக்கு கால் வலிக்குது இன்றைக்கு ஒரு நாள் நீங்க மார்க்கெட் போயிட்டு வாங்க'' என்று சொல்ல சற்றே யோசித்தார் வெளியே வந்து பார்த்தால் நன்கு வெயில் அடித்தது கனவு வேறு நிஜம் வேறு என்று நினைத்துவிட்டு காய் கறி வாங்க கிளம்பினார், மார்க்கெட் சென்று அடைந்த சிறிது நேரத்தில் மிக நல்ல

மழை பெய்ய ஆரம்பித்தது அப்போது அவர் மனதிற்குள் ஒரு இனம் புரியாத பயம்.

அவர் கனவில் கண்ட அதே காட்சி இப்போது நிஜத்தில் நடக்க தொடங்கியிருந்தது, இப்போது தான் உணர்ந்தார். பூக்கடை பக்கம் பார்த்தால் கனவில் வந்த அதே வாலிபன் மஞ்சள் சட்டை கருப்பு முக்கால் பேண்ட் கனவில் வந்தப்படி நடந்து வந்து கொண்டிருந்தான், அவனை இதற்கு முன் பார்த்ததுமில்லை கனவில் தான் முதல்முறை, சீதாராமனுக்கு அந்த மழையிலும் வேர்க்க தொடங்கியது, பூக்கடை தாண்டிய நேரம் அவர் சென்று உதவலாம் என்று நினைப்பதற்குள் திடீரென்ற அலறி கொண்டு கீழே விழுந்தான் அந்த வாலிபன் விழுந்த இடத்திலேயே இறந்து விட்டான். மழை தண்ணீர் வழுக்கி பக்கத்தில் உள்ள மின் கம்பத்தை பிடித்தவுடன் மின்சாரம் தாக்கி உயிர் இறந்தான். அவனை சுற்றி இப்போது கூட்டம் கூடியிருந்தது.

இந்த சம்பவத்தை பார்த்து அதிர்ச்சியாகி போனார் சீதா ராமன் "என்ன இது நான் கனவில் பார்த்தது அத்தனையும் வருகிறது ஒரே மர்மமாக இருக்கே" என்று யோசித்து கொண்டே வீட்டிற்கு விரைந்தார். மனைவியிடமோ மற்றவரிடமோ இதை சொல்லலாமா வேண்டாமா என்ற குழப்பத்தில் இருந்தார்.

அன்று இரவு தூங்கியபிறகு மீண்டும் ஒரு கனவு "ஒரு முக்கிய பிரதான சாலையில் மூன்று பக்கம் சிக்னல் நிற்க, அடுத்த சிக்னல் போடும்போது ஒரு நடுத்தர வயது பெண்மணி சிக்னல் கவனிக்காமல் வர, வேகமாக கிளம்பிய கார் ஒன்று மோதி தூக்கி வீச பட்டாள்", திடுக்கிட்டு கனவில் இருந்து எழுந்தார் சீதா ராமன் அவருக்கு பயம் தொற்றி கொண்டது அந்த பெண்மணி முகம் தெரியவில்லை பச்சை நிற பூ போட்ட சேலையில் இருந்தாள் என்பது மட்டும் ஞாபகம் இருந்தது.

காலை எழுந்தவுடன் கடவுளிடம் "இன்று எந்த

அசம்பாவிதமும் நடக்க கூடாது" என்று வேண்டி கொண்டார் மனைவியிடம் ஒன்றும் சொல்லவில்லை அமைதியாக பகவத் கீதை புத்தகத்தை எடுத்து படித்து கொண்டிருந்தார்.

சிறிது நேரத்தில் அவர் மனைவி அவரை அழைத்து,"மருந்து வாங்க வெளியே போயிட்டு வாங்க" என்று சொல்ல, "இன்று எங்கேயும் போக முடியாது வீட்டிலே தான் இருப்பேன் எனக்கு உடம்பு முடியவில்லை" என்று எங்கும் நகரவில்லை.

நேரம் ஓடி கொண்டே இருந்தது, இவரை நம்பி இருந்தால் வேலை ஆகாது என்று அவர் மனைவி உடை மாற்றி கொண்டு மருந்து வாங்க வெளியே கிளம்பினாள். வீட்டு வாசலை தாண்டும்போது வீட்டு வெளியே தோண்டி வைத்திருந்த பள்ளத்தில் கால் தவறி விழுந்துவிட்டாள்அவள்," என்ன ஆச்சு"? என்று இவர் வந்து பார்க்கையில் மனைவிக்கு காலில் சுளுக்கு ஏற்பட்டு இருந்தது கனவில் பார்த்த அதே பச்சை நிற பூ போட்ட சேலை அவள் உடுத்தியிருந்தாள் சீதா ராமனுக்கு துாக்கி வாரி போட்டது.

உடனடியாக அவளை உள்ளே வரவைத்துவிட்டு பக்கத்தில் உள்ள மருத்துவரை வரவைத்து பார்த்தார், அவர் கொடுத்த மருந்துகளை வாங்கி வர செல்ல அவர் தெருவில் உள்ள மூன்று மருந்து கடைகளிலும் சென்று கேட்க, அந்த மருந்து இல்லை!! முக்கிய சாலையை தாண்டி சென்று வேறு ஒரு மருந்து கடையில் வாங்கி கொண்டு திரும்புகையில் சிகப்பு சிக்னல் முன்னே நிற்கலானார், அதுவரை தன் மனைவிக்கு தான் ஏதோ நடக்க போகிறதோ என்று நினைத்து கொண்டிருந்தவர் சற்று நினைப்பை விட்டுவிட்டு சாலையில் கவனத்தை மாற்ற ஒரு நடுத்தர வயது பெண்மணியை துாக்கி வீசிவிட்டு சென்றது ஒரு கார். "அதே பச்சை நிற பூ போட்ட சேலை"!!.

வீட்டிற்கு வந்தும் அவர் இதய துடிப்பு வேகமாவே அடித்து

கொண்டிருந்தது, "எனக்கு என்ன ஆயிற்று நான் கண்ட இரண்டு கனவு இப்படி பலித்துவிட்டதே, இதில் என்ன மர்மம்?? எனக்கு ஏன் இப்படி ஆகுது??" என்று போட்டு மூளையை குழப்பி கொண்டிருந்தார். இன்று எக்காரணம் கொண்டும் தூங்க கூடாது என்று மனைவி அருகிலேயே அமர்ந்து விழித்து கொண்டே இருந்தார் ஒரு கட்டத்தில் தூக்கம் தானாக வந்து தூங்கினார்.

மீண்டும் ஒரு கனவு," இவர் மருந்து வாங்க பக்கத்தில் உள்ள கடைக்கு அவசரமாக செல்கிறார், கடைக்காரரோடு மாத்திரைகள் வாங்க பேசி கொண்டிருக்கையில் வெளியே கூட்டம் அலறி ஓடுகிறது என்னவென்று பார்க்க ஒருவன் வேகமாக அந்த கடையின் உள்ளே வந்து அவர் கழுத்தில் கத்தியை வைத்தான், பின்னால் போலீஸ் துறத்தி கொண்டு வந்தது, போலீஸ் உள்ளே வர போலீஸிடம் மிரட்டிய அவன் அந்த கடையில் உள்ள ஒரு மிட்டாய் வைத்திருந்த பெரிய கண்ணாடி பாட்டில் எடுத்து அந்த போலீஸ் தலையில் அடிக்க ரத்த வெள்ளத்தில் அவர் அங்கேயே இறக்கிறார்".

சீதா ராமனுக்கு மீண்டும் தூக்கி வாரி போட்டது! தூக்கத்தில் இருந்து எழுந்தார். என்ன செய்வதென்று புரியவில்லை காலையில் மனைவியிடம் இதை சொல்லி விடுவோம், "என்ன ஆனாலும் வீட்டை விட்டு வெளியே செல்லவே கூடாது" என்று இருந்தார்.

காலை ஏழு மணிக்கு அவர் மனைவி எழுந்தாள் அதற்குள் சமையல் எல்லாவற்றையும் அவரே முடித்து தயாராக வைத்திருந்தார் சீதா ராமன்.

காலை சிற்றுண்டியை சாப்பிட்டு முடித்தவுடன் சொல்லலாம் என்று நினைக்கையில் அவர் மனைவி விசாலாட்சிக்கு மூச்சு திணறல் ஏற்பட்டது அதற்கான மருந்தை தேடி எடுத்து கொடுக்க பார்த்தால் மருந்து காலி, பக்கத்து வீட்டு பெண்ணை உட்காரவைத்துவிட்டு மருந்து கடைக்கு அவசரமாக ஓடினார் "கடவுளே வெளிய போகாம இருக்க நினைத்தால் இப்படி சோதிக்கிறியே" என்று புலம்பி

கொண்டே கடைக்குள் போக அவசர அவசரமாக மருந்து கடையில் மருந்து கேட்க அவன் சற்று பொறுமையுடன் எடுத்து காசு கொடுத்து சில்லறை வாங்கி திரும்பும்போது அவர் கனவு பலிக்க ஆரம்பித்தது!

"ஒரு முரடன் கடைக்குள் வந்து அவர் கழுத்தில் கத்தி வைக்க பின்னால் போலீஸ் வந்தது, கனவில் பார்த்த அதே முகம்" சீதா ராமன் கத்தினார், "நீங்க போங்க உங்களை கொன்னுடுவான் போங்க" என்றார். அதை பொருட்படுத்தாமல் போலீஸ் முன்னேறி வர கனவு சம்பவம் நனவாகி போனது.

தலையில் அடித்து கொண்டு அழுதார் பரிதாபமாக வீட்டிற்கு சென்று மனைவிக்கு மருந்து கொடுத்த பிறகு வந்த கனவுகளும், நிஜங்களும் அவர் சொல்ல அவள் திடுக்கிட்டாள். "இது ஏதோ மர்ம சக்தி உங்களை ஆட்டி படைக்குது நாளைக்கு முடியலைனாலும் பரவாயில்லை குல தெய்வ கோயில் போயிட்டு அங்க இருக்கிற குருக்களிடம் ஏதாவது பரிகாரம் இருக்கா கேட்டிடுவோம்" என்றாள். "ஊரில் இருக்கும் மகனுக்கு தகவல் சொல்லவா?" என்று கேட்க வேண்டாம் என்றார் சீதா ராமன்.

அன்று வெகு நேரத்திற்கு பிறகே தூக்கம் வந்தது, இப்போது அவர் வீட்டில் தான் இருக்கிறார் அவர் வீட்டிற்கு யாரோ ஒரு தம்பதிகள் ஒரு சிறு பையனுடன் வருகிறார்கள், முகவரி தவறாக வந்திருப்பதாக சொன்ன நேரத்தில் அந்த சிறுவன் கையில் வைத்திருந்த நீல பந்து சாலைக்கு செல்ல அதை எடுக்க வேகமாக செல்ல, அங்கே ஒரு லாரி அவர் வீட்டு வாசலில் வேகமாய் வர திடுக்கிட்டு எழுந்தார்!! இந்த முறை இன்னும் பயம் ஜாஸ்தியானது ஒரு சின்ன குழந்தை மரணம் தன் கண் முன் நடந்துவிடுமோ என்ற அச்சம்.

காலை விடிந்தது, கதவை நன்றாக தாழ்ப்பால் போட்டிருந்தார், இருந்தாலும் மனசு என்னவோ போல இருந்து அவர் அலை பேசியை எடுத்து இதுவரை நடந்த

சம்பவங்கள் அனைத்தையும் ஒரு வீடியோவாக பேசி அவர் மகனுக்கு அனுப்பி இருந்தார்.

மனைவியிடம் அதை சொல்லிவிட்டு, "அவன் பார்த்துட்டு கூப்பிடட்டும் நாமாக இப்போ தொந்தரவு பண்ண வேணாம், வீட்டுக்கு யார் வந்தாலும், யாராக இருந்தாலும் கதவு திறக்க வேண்டாம், வேலைக்காரி வந்தால் மட்டும் நான் திறக்கிறேன்" என்று சொல்லிவிட்டு அவரின் அறைக்கு செல்ல, அங்கே அவருடைய பழைய அலமாரி மேலிருந்து பழைய பேப்பர் புத்தகங்கள் தூசியுடன் கீழே விழுந்திருந்தது. அதை தூசி தட்டி எடுத்து வைக்க அதில் ஒரு டைரி அவர் அப்பா எழுதியது கண்ணில் பட்டது, என்ன இருக்கு என்ற திறந்து பார்க்க ஒரு பக்கத்தில் மர்ம கனவுகள் என்று எழுதியிருந்தது திடுக்கிட்டு அந்த பக்கத்தை திருப்பி பார்த்தால், காலிங் பெல் சத்தம் வேலைக்காரி வர, அவளுக்கு மட்டும் கதவு திறந்து விட்டு அவசர அவசரமாக அந்த டைரி படிக்க சென்றார்.

அந்த டைரி படித்து முடித்த நேரம், மீண்டும் காலிங் பெல் சத்தம் அவர் வீட்டு வேலைக்காரி விஷயம் தெரியாமல் கதவு திறக்க இவர் வெளியே வந்து பார்க்கும் நேரம், கனவில் வந்த அதே தம்பதி அந்த சிறுவன் கையில் நீல பந்துடன், அந்த பந்து வெளியே செல்ல கிடு கிடுவென இவர் ஓடி அந்த சிறுவனை காப்பாற்ற லாரி சீதா ராமனை இடித்து சென்றது சம்பவ இடத்திலேயே அவர் உயிரிழந்தார்.

கூட்டம் கூடிட அனைவரும் அவருக்கு என்ன ஆச்சு என்று பார்க்கையில் அவர் உயிர் அவரை விட்டு பிரிந்து அவர் ஆன்மா அந்த டைரியை நோக்கியது.....

அதில் இருந்தது.....

"மகனே! நம்ம முன்னோர் தலைமுறைல ஒரு ரிஷியின் சாபம் நமக்கு உண்டு நம்ம முன்னோரில் ஒருவர் தவமிருந்து அடுத்து என்ன நடக்குமென்று முன்கூட்டியே அறியும் சக்தி

கிடைக்கவேண்டும் என்று வேண்ட அந்த சக்தி அவருக்கு ஒரு ரிஷி மூலம் கிடைத்தது, அவர் அந்த ரிஷியை வைத்தே சோதனை செய்து பார்த்தார், அதில் கடுங்கோபம் கொண்ட ரிஷி நீ நினைத்தது நடக்காது என்றும், உன் தலைமுறை முடியும் வரை இறப்பதற்கு நான்கு நாள் முன்பு நீங்கள் காணும் கனவு பலிக்கும், நான்காம் நாள் கனவில் என்ன வருகிறதோ அதில் நீ இறந்து விடுவாய் என்று சபிக்க அது தலைமுறை தலைமுறையாக நடந்து வருவதாகவும் அதை அவர் தந்தை ஓலை சுவடியில் எழுதி வைத்தது, நான் படித்தேன் நான் படித்த அன்று தான் எனக்கு நான்காவது நாள் அதனால் உடனடியாக இதை எழுதி வைத்தேன் என்று தேதியுடன் போட்டிருந்தது அவர் இறந்த நாளும் அன்றே".

அதை படித்த அவர் மகன் சீதா ராமன் திடுக்கிட்டார் மூன்று கனவுகள் பலித்து நான்காம் கனவில் சீதா ராமனே இறந்து போனார்.

சீதா ராமனின் மகன் அப்பா அனுப்பிய அந்த விடியோவை பார்த்து விட்டு, அழைப்பு விடுக்க அதற்குள் அனைத்தும் முடிந்துவிட்டது. அவன் ஊருக்கு வந்து அனைத்து காரியங்களையும் முடித்துவிட்டு இரண்டு வாரம் கழித்து அம்மாவையும் கூட்டிக்கொண்டு ஊருக்கு செல்ல தயாராக இருந்தான்.

அவன் உறங்குகையில், ஒரு திருமணமான இளம் தம்பதியினர் சாலை விபத்தில் இறப்பது போல் நிஜத்தில் நடப்புது போல கனவு வர திடுக்கிட்டு எழுந்தான் என்னவென்று அவன் அம்மா விசாலாட்சி கேட்க வந்த கனவை சொன்னான்......

விசாலாட்சி மனதில் இபோது திக் திக்....

9

பரிசல் பயணம்

இரவு பதினோரு மணி இரவு சாப்பாட்டை வெகு தாமதமாக முடித்துக்கொண்டு அந்த வேன் உற்சாகமாக கிளம்பியது எட்டு பேர் கொண்ட குழுவுடன் கோயம்பத்தூரிலிருந்து.

ஒரே ஆட்டம், பாட்டம் என்று ஒரே ரகளை. அனைவருமே 25 முதல் 30 வயது உள்ளவர்களே. அவர்களில் நிர்மல் தான் அந்த கூட்டத்தின் தலைவன். அவன் ஒரு தனியார் ஏற்றுமதி, இறக்குமதி கம்பெனி வைத்திருக்கிறான் அவன் தான் முதலாளி.கம்பெனி வேலை விஷயமாக அவர்கள் ஒசூர் வரை செல்ல வேண்டும் அவனுக்கு கீழ் வேலை செய்பவர்கள் அனைவரும் அவன் நண்பர்களே எல்லோரும் சேர்ந்து கிளம்பியிருக்கின்றனர். அதில் புதிதாக சேர்ந்தது அகல்யா. நிர்மலயும் அகல்யாவையும் கேலி செய்தபடி வந்தனர் அவர்கள் நண்பர்கள். அவர்கள் இருவருக்கும் சமீபத்தில் தான் நிச்சயதார்த்தம் ஆனது, இன்னும் இரண்டு மாதத்தில் திருமணம். அதற்கு முன்பே அவளை கம்பெனியில் சேர்த்து கொண்டான்.

எல்லோரும் சிறிது நேரம் பேசிக்கொண்டே செல்ல, பின்பு அசதியாகி உறங்கிவிட்டனர். நிர்மலும், அகல்யாவும் சிறிது நேரம் அவரவர் மேல் சாய்ந்து கொண்டு பேசியபடியே உறங்கினர். அகல்யா உறங்கிய பிறகு நிர்மலும் அவனது

நண்பனும் சிறிது நேரம் மாறி மாறி முன் இருக்கையில் அமர்ந்து ஓட்டுனரோடு பேச்சு கொடுத்தபடி வந்து கொண்டிருந்தனர்.

நேரம் போனதே தெரியவில்லை அதிகாலை 5.30 மணி இருக்கும், வேன் ஒரு இடத்தில் நின்று கொண்டிருந்தது,

அகல்யாவின் தோழி ராதிகா அவளை எழுப்ப, மிகுந்த சோம்பலுடன் எழுந்தாள் அகல்யா.

"இங்கே கழிப்பறை போகவும், டீ, காபி சாப்பிட நிறுத்தியிருக்காங்க வா என்றாள் தோழி ராதிகா.

அகல்யா வண்டியை விட்டு கீழே இறங்கினாள், அந்த இடம் நல்ல பனி மூட்டமாக இருந்தது, ஏதோ மலை அடிவாரம் கீழயே நின்றது போல இருந்தது. அங்கே அருகில் உள்ள கட்டண கழிப்பிடம் சென்று வந்தவள். அவள் வெளியே வர சுட சுட காபி தயாராக வைத்திருந்தான் நிர்மல்.

அந்த பனி காற்றுக்கு சூடான காபி, டீ இதமாக இருந்தது மற்றும் வடை வேறு கிடைக்க எல்லோரும் சாப்பிட்டனர். மற்ற நண்பர்கள் எங்கோ சென்று வந்தபடி இருந்தனர்.

"என்னாச்சு எங்க போயிட்டு வராங்க??" என்று கேள்வி கேட்டபடியே வந்தாள் அகல்யா

"அதோ அங்கே பேசிட்டு இருக்காங்க. இது என்ன இடம் தெரியுமா?" என்று குதூகலமாய் கேட்டான் நிர்மல்.

"என்ன இடம்?" என்று தெரியாதவரே அவள் கேட்க.

"இது ஒக்கனேக்கல், இன்னும் இரண்டு கிலோ மீட்டர் தாண்டினால் பெரிய நீர் வீழ்ச்சி இருக்கு. இவ்வளவு தூரம் வந்துட்டோம் இங்கிருந்து பரிசல் சவாரி செய்யலாம்னு இருக்கோம். அங்கே பரிசல் ஆளு கூட பேசிட்டு இருக்காங்க. இரண்டு பரிசல் சொல்லியாச்சு. ரொம்ப

ஜாலியாக இருக்கும் வா போகலாம்” என்று அகல்யா கையை பிடித்துக்கொண்டு அழைத்து செல்ல தயாரானான் நிர்மல்.

அகல்யா முகமே மாறியது....

“இது ஒக்கனேக்கல் ஊரா???!!. ஐயோ நான் வர மாட்டேன் என்னை விடுங்க. நீயும் போகாதே, எனக்கு இந்த ஆறு, நீர் வீழ்ச்சி இதெல்லாம் ரொம்ப பயம். என்னால வரவே முடியாது” என்று அவன் இழுத்த இழுப்புக்குவாராமல் அங்கே நின்றாள் அகல்யா

அவள் நண்பர்களும் அவளை எப்படியாவது வர வைக்க என்னென்னவோ பேசி பார்த்தார்கள், அகல்யா மிக கோவமாக, எரிச்சலாக எல்லோரிடமும் பதிலளித்தாள். இதை பார்த்த நிர்மலுக்கு ஒன்றுமே புரியவில்லை, “என்ன ஆச்சு எதுக்கு இவ்ளோ பிடிவாதமாக இருக்காள்” என்று யோசித்தபடியே.....

“அதெல்லாம் கிடையாது, நீ இப்போ என் கூட வந்தே ஆகணும். உன்னை அப்படியே தூக்கிட்டு போயாவது நான் பரிசலில் உட்காரவைப்பேன்” என்று சொன்னபடியே அவளை குண்டு கட்டாக தூக்கி செல்ல அவன் நண்பர்கள் எல்லோரும் ஆரவாரம் செய்தனர்.

பரிசலில் உட்கார வைத்தது தான் தாமதம் அவள் கண்களிலிருந்து கண்ணீர் தாரை தாரையாக கொட்ட ஆரம்பித்தது.

அதை பார்த்த அந்த பரிசல் ஒட்டி ஒரு இளைஞன், அவன் பெயர் ஈஸ்வரன் அவளை பார்த்தபடியே...

“அக்கா கவலைப்படாதீங்க, பயப்படாமல் இருங்க உங்களுக்கு ஒன்னும் ஆகாது நான் கூட்டிட்டு போயிட்டு வரேன்”.

அவன் சொல்வதையும் பொருட்படுத்தாமல் அவள் மடக்கென்று பரிசலிலிருந்து இறங்கி கரையை அடைந்து வந்து அமர்ந்திட்டாள். இதை பார்த்த நிர்மல் மிகவும் கோவமாவான்.

"சரி நீங்க போங்க நான் பேசி அடுத்த பரிசலில் வர வைக்கிறேன்" என்று நண்பர்களை மட்டும் அனுப்பினான்.

நிர்மல் கரைக்கு வந்ததும் அவளிடம் பேச நினைத்தால் அவள் முகத்தை திருப்பி கொண்டாள், அவளை தொட நினைத்தால் தட்டி விட்டாள். அவனுக்கு ஒன்றும் புரியவில்லை ஏன் இப்படி நடந்து கொள்கிறாள் என்று. அவள் அலைபேசி வேனில் அழைப்பு மணி அடிக்க, அதை டிரைவர் எடுத்து கொண்டு வந்தான், அகல்யா அப்பா ஆதி கேசவன் தான் அழைத்தது. நிர்மல் எடுத்து பேசினான்.

"ஹலோ சொல்லுங்க மாமா?"

"என்ன மாப்பிள்ளை ஓசூர் நல்லபடியா போயாச்சா?"

"இல்லை இப்போ டீ சாப்பிட ஒக்கனேக்கல் நீர் வீழ்ச்சி பக்கம் வண்டி நிறுத்தியிருக்கோம். ராத்திரி சாப்பிட்டு கிளம்ப நேரம் ஆகிருச்சு, இன்னும் இரண்டு மணி நேரம் ஆகும் ஓசூர் போக

"என்னது ஒக்கனேக்கலா?" என்று அவரும் அதிர்ச்சி கல்வி எழுப்பினார்.

"ஏன்?" அதுக்கு ஏன் இவ்ளோ அதிர்ச்சி.

"ஒன்னும் இல்லை, அங்கே பரிசல் ஏதும் போக வேணாம். ஊருக்கு போயிட்டு சொல்லுங்க" என்று சுருக்கமாக பேசினார்.

நிர்மல் குழப்பமாக, "ஏன் பரிசல் உங்களுக்கும் பயமா??"

"எனக்கும் பயமா?? அப்போ அகல்யாவை பரிசலில் போக கேடீங்களா?" என்றார் அவர்.

"ஆமாம் கேட்டேன், அதுக்கு தான் முகத்தை திருப்பிக்கிட்டு, அழுதுகிட்டு இருக்கா, என்னாச்சுனே புரியலை. நீங்களாவது சொல்லுங்க என்னதான் பிரச்சனை. இப்படியா இதுக்கெல்லாமா பயந்து சாவுறது?"

(சிறிது நேரம் மௌனம்)

"காரணம் இருக்கு மாப்பிள்ளை. உங்களுக்கு நாங்க என் மகனை பற்றி சொன்னோம் இல்லையா!! அவனுக்கு எட்டு வயசு இருக்கும்போது இறந்துட்டான்னு".

"ஆமாம் சொன்னது ஞாபகம் இருக்கு".

"அவன் இறந்தது அங்கே தான். அப்போ நாங்க இருந்தது திண்டுக்கல், சுற்றுலா போகலாம்னு போனோம். அகல்யாக்கு 11 வயசு, என் மகன் அசோக் 8 வயசு. அது நல்ல ஆழமான நீர் வீழ்ச்சி. நாங்க பரிசல் சவாரி போனோம், கொஞ்சம் தூரத்துக்கு எல்லோரும் சந்தோஷமாக தான் போனோம்...." அவர் குரல் தழு தழுக்க ஆரம்பித்தது.

"திடீர்னு ஆற்றில் தண்ணி வேகம் கூடிருச்சு, பரிசல் ரொம்ப சுத்த ஆரம்பிச்சிருச்சு, நாங்க நீர் வீழ்ச்சிக்கு கொஞ்சம் பக்கத்தில் தான் இருந்தோம். பரிசல் ஒட்டி சமாளிக்க முடியாமல் திருப்ப அது நீர் வீழ்ச்சி கீழே போனதும் பரிசல் மொத்தமாக கவிழ்ந்து எல்லோருமே தண்ணிக்கு அடியில் போக ஆரம்பிச்சோம்".

"பக்கத்தில் நிறைய ஆட்கள் பரிசலில் வர உடனே குதிச்சு காப்பதினாங்க அந்த நாள் மறக்கவே முடியாது குடும்பத்தோடு எல்லோருமே போய் சேர்ந்திருப்போம், ஆனால் என் மகன் மட்டும் கிடைக்கவேயில்லை. நாலு நாளாக அங்கேயே இருந்து தேடி பார்த்தோம் எங்கேயுமே இல்லை. சடலம் கூட கிடைக்கலை, அந்த பரிசல் ஒட்டியின்

சடலமும் கிடைக்கலை" துன்று வருத்தமாக கூறினார் ஆதி கேசவன்.

"விதி எங்கள் வாழ்க்கையில் மோசமாக விளையாடிருச்சு, புத்திர சோகம் எவ்வளவு பெரிய சோகம்னு உங்களுக்கு சொன்னால் புரியாது" என்று அழ ஆரம்பித்துவிட்டார்.

"அந்த நாளுக்கு பிறகு அகல்யா மிகவும் மனரீதியாக பாதிப்பு அடைந்தாள், அவளை மறுபடியும் சகஜ நிலைமைக்கு கொண்டு வர எங்களுக்கு 5 வருஷம் ஆச்சு. பல மனநல மருத்துவரை பார்த்து சரி செய்தோம்.

இதை நான் முன்னாடியே உங்களுக்கு சொல்லியிருக்கணும், என் தப்பு தான். அவளுக்கு அதுக்கு பிறகு எந்த குறையும் இல்லை. தயவு செய்து அதையெல்லாம் ஞாபக படுத்தாதீங்க. ஊருக்கு போயிட்டு சொல்லுங்க" என்று முடித்துக்கொண்டார்.

அகல்யா ஏன் இப்படி நடந்து கொள்கிறாள் என்று இப்போது அவனுக்கு புரிந்தது, அவள் அருகில் சென்று அமர்ந்து அவள் அப்பா சொன்னதை சொன்னதும் அவள் அவனை கட்டிக்கொண்டு அழுதாள்.

"அகல்யா போதும் அழறதை நிறுத்து. இது எல்லோருக்கும் ஏதாவது ஒரு விஷயத்தில் பயம் இருக்கும் அதுல உனக்கு இப்படி அவ்ளோ தான். எனக்கு நடந்த ஒரு சம்பவத்தை சொல்றேன், எனக்கு சின்ன வயசில் ஊசி போட்டுகிறதுன்னா அவ்ளோ பயம், டாக்டர் பார்த்தாலே தெறிச்சு ஓடுவேன். ஒரு முறை ஒரு டாக்டர் எனக்கு சொல்லி கொடுத்தது தான், இதை பார்த்து பயந்து ஓடாதே அப்புறம் காலம் பூரா இந்த பயம் உன்னை துரத்திக்கிட்டே இருக்கும், ஒரு கட்டத்தில் இதை எதிர்த்து நின்னு தாண்டி வந்திடனும், அப்போ தான் தைரியம் வரும்னு சொல்லி பேசிக்கிட்டே எனக்கு ஊசியை போட்டுட்டார். அன்னிக்கு எனக்கு வலிக்கவேயில்லை, ஒரு சம்பவத்தை நினைச்சு இது இப்படி தான் இருக்கும்னு நாமளே ஒரு தீர்மானம் செய்துகிறது

நல்லதே கிடையாது. முள்ளை முள்ளால் தான்
எடுக்கணும்ம்னு சொல்லுவாங்க, அன்னிக்கு அப்படி ஒரு
விஷயம் எனக்கு நடக்கலைன்னா நான் இன்னிக்கு வரை
ஊசிக்கு பயந்தவனாக தான் இருந்திருப்பேன். உன் தம்பி
இழப்பு பெரிய இழப்பு தான் மறுக்க முடியாது, காலம்
அதை சரி செய்திடும் 15 வருஷம் ஆச்சு அவன் மறைந்து,
அதுக்காக இயற்கையின் அற்புதமான விஷயங்களை நீ ஏன்
ஏற்க மறுக்கணும்?. அப்புறம் இப்போ பாதுகாப்பு கவசம்
எல்லாம் வந்திருச்சு.மறுபடியும் சொல்றேன் முள்ளை
முள்ளால் தான் எடுக்கணும் இப்போ நீ என் கூட பரிசல்
பயணம் வர. நான் இருக்கேன் உனக்காக உனக்கு ஏதும்
ஆகாது. இந்த பயத்தை நீ போக்கியே ஆகணும்'' என்று
நிர்மல் கூறியபடி அவளை எழுப்பினான்..

இவர்கள் பேசி முடிக்க அவர்கள் நண்பர்கள் பரிசல் படகில்
வந்திறங்கினர். ரொம்ப அருமையாக இருந்தது என்று
கூச்சலிட்டபடி. நிர்மல் சொன்னதற்காக அகல்யா பரிசல்
சவாரி செய்ய தலையசைத்தாள்.

மீண்டும் அதே இரண்டு பரிசலில் ஏறினர், இப்போது நிர்மல்,
அகல்யா, ராதிகா மற்றும் ஒருவர் ஒரு பரிசலில் மற்ற நான்கு
நண்பர்கள் இன்னொரு பரிசலில்.பரிசல் பயணம் மிக
நன்றாக செல்ல துவங்கியது, அகல்யா நிர்மலை இறுக்கமாக
பிடித்துக்கொண்டு வந்தாள், மெல்ல நீர் வீழ்ச்சி அருகில்
சென்று அந்த குளிர்ந்த நீரில் நனைந்து உற்சாகமானாள்.

சில மணி நேரம் ஆட்டம் போட்ட பின்னர்
கிளம்பும்வேளையில் பரிசல் சுற்றி சுற்றி வந்ததில்
ராதிகாவுக்கு மயக்கம் வர அவள் அப்படியே சாய நிலை
தடுமாறி அவள் மட்டும் தண்ணீருக்குள் விழுந்துவிட்டாள்.
அதை பார்த்த அகல்யா கத்த தொடங்கிவிட்டாள்.

பரிசல் ஓட்டி ஈஸ்வரன், நிர்மலிடம் துடுப்பை
கொடுத்துவிட்டு தண்ணீருக்குள் குதித்தான், எல்லோரும்
பதட்டமான நிலையில், இன்னொரு பரிசல் ஓட்டி கிரி

 கதைப்போமா

இரண்டு பரிசலையும் கரைக்கு கொண்டு வந்து சேர்த்தான்.

"கவலைப்படாதீங்க ஈஸ்வரன் நல்ல நீச்சல் தெரிஞ்சவன் எப்படியும் காப்பாத்திருவான், கொஞ்சம் பொறுங்க" என்று அவர்களுக்கு ஆறுதல் கூறினான்.

அகல்யா நிர்மலை கண்டபடி திட்டி கொண்டிருந்தாள், நிர்மலுக்கோ இன்னும் அதிகமாக கவலை, எதுவும் கெட்டது நடக்கக்கூடாதென்று.

ஈஸ்வரன் உள் நீச்சல் அடித்து ராதிகாவை தூக்கி கொண்டு கரைக்கு வந்தான், தண்ணீர் அதிகம் விழுங்கியதால் அவள் மயக்கமாக இருந்தாள்.அவளுக்கு முதலுதவி செய்ய ஈஸ்வரனின் அப்பா முத்தையாவும் வந்து சேர்ந்தார். அவர் முதலுதவி செய்ததில் ராதிகா மெல்ல கண் திறந்தாள். இப்போது தான் அனைவருக்கும் உயிர் வந்தது.

"சாதாரண மயக்கம் தான், கவலை பட வேணாம். தண்ணிக்குள்ள போனதும் எல்லோருக்கும் பயம் வந்திடும், மூச்சு பிடிக்க தெரியாது, தண்ணீர் உள்ள போனவுடனே மயக்கம் ஆகிருவாங்க. சில மணி நேரத்திற்குள் காப்பாத்திட முடியும், அதை தாண்டினால் தான் உயிர் பிழைப்பது கஷ்டம். நாங்க நிறைய பார்த்துட்டோம் சார், இங்கே மேலிருந்து கீழு குதிச்சு நீச்சல் அடிக்கிற பசங்க தான் நிறைய சாவாங்க, இங்கே கீழே எல்லாம் பாறை, மேலிருந்து பார்க்கும்போது தண்ணி மட்டும் தான் தெரியும். பல இடத்தில் பாறை சந்து கூட இருக்கு. சிலரின் உடல் அங்கே போயி சொருகிக்கும், மாச கணக்கில் தேடினாலும் கிடைக்காது. இதை நாங்க அடிக்கடி பார்ப்பதினால் நல்லா தெரியும். இதோ இருக்கானே ஈஸ்வரன் என் பிள்ளை மாதிரி, சின்ன வயசில் இவனும் இந்த மாதிரி தண்ணியில் விழுந்தவன் தான் அடியில் ஒரு பாறைக்கு நடுவில் சிக்கிட்டு இருந்தான், நான் தான் தூக்கிட்டு வந்து வைத்தியம் பார்த்தேன், உயிர் இருக்கு ஆனால் பழைய நினைவுகள் எல்லாம் மறந்திருச்சுன்னு சொல்லிட்டாங்க டாக்டர். பாவம் யார் பெத்த புள்ளயோ, என் பிள்ளையாய் ஈஸ்வரன் தான்

பிழைக்க வெச்சான்னு அவர் பெயரை வைத்து வளர்க்க ஆரம்பிச்சேன். இங்கே யாருக்கு ஆபத்துனாலும் இவன் காப்பாத்திருவான் அந்த அளவு அனுபவம் இருக்கு” என்று ஈஸ்வரனை பற்றி பெருமை பேசினார் முத்தையா.

இதை கேட்டதும் அகல்யாவிற்கு அவள் தம்பி ஞாபகம் வர அவள் தேம்பி தேம்பி அழ தொடங்கி விட்டாள்.

“என்னாச்சு சார் எதுக்கு அழறாங்க? என்று கேட்க.

“அவங்க தம்பியும் இங்கே தான் இறந்தார், 15 வருஷம் ஆச்சு நீங்க சொன்னதும் அவளுக்கு அவள் தம்பி ஞாபகம் வந்திருச்சு” என்றான் நிர்மல்.

“15 வருஷமா? ஈஸ்வரன் என்கிட்ட வந்தும் 15 வருஷம் தான் இருக்கும். உங்க தம்பி அடையாளம் ஏதாவது தெரியுமா. என் கிட்ட இவனை பார்த்தபோது என்ன ஆடை போட்டிருந்தானோ அதை மட்டும் பத்திரமாக எடுத்து வெச்சிருக்கேன்” என்று அதை எடுத்து வர கிமபினார்.

“என் தம்பிக்கு வலது கால் பின் பகுதியில் தையல் போட்டிருப்பாங்க சின்ன வயசில் சைக்கிள் ஓட்டும்போது காலை விட்டு அடிபட்டது. முதுகு பக்கம் நான் கூரான பென்சிலில் பெருசா கீறியது அவனுக்கு பெரிய தழும்பாகவே இருந்தது” என்றாள் அகல்யா.

ஈஸ்வரன் காலை பார்க்க, சிறு தழும்பு மட்டும் தெரிந்தது, முதுகில் அந்த தழும்பும் இருந்து, முத்தையா ஓடி சென்று அந்த ஆடையை எடுத்து வர அதை பார்த்ததும் அகல்யா முகத்தில் கண்ணீருடன் கூடிய மகிழ்ச்சி, அவள் தங்களது ஆல்பம் ஒன்றிலிருந்து அந்த நாள் அவர்கள் எடுத்த புகைப்படத்தை அலைபேசியில் எடுத்து வைத்திருந்தாள். இரண்டும் ஒரே ஆடை.

ஈஸ்வரனுக்கு அங்கே என்ன நடக்கிறதென்றே

புரியவில்லை, அகல்யா அவனை கட்டி கொண்டு அழுதாள், அப்பா, அம்மாவை அழைத்து விஷயத்தை சொன்னாள், அவர்களுக்கோ பெரும் நெகிழ்ச்சி, வீடியோ கால் செய்து அவனை பார்த்து பேசி, முத்தையாவிடம் பேசினர். எவ்வளவு பெரிய உதவி செய்த முத்தையாவை நன்றியோடு பார்த்தனர். உடனே வண்டி எடுத்து வருவதாய் கூறினர்.

அகல்யா நிர்மலை பார்த்து முள்ளை முள்ளால் எடுப்பது சரி தான் நான் மட்டும் வரலைன்னு சொல்லியிருந்தால் இப்படி ஒரு சம்பவம் நடந்திருக்கவே இருக்காது, தன் தம்பி மீண்டும் கிடைக்க காரணமாய் இருந்த நிர்மலை கட்டி கொண்டு ஆனந்தமானாள் அகல்யா.

10

திருடா திருடா

தஞ்சாவூரிலிருந்து பஸ் பேருந்து வேகமாக நாகபட்டினத்தை நோக்கி சென்று கொண்டிருந்தது, மிகுந்த பசியோடு வேடிக்கை பார்த்தபடி பிரயாணம் செய்து கொண்டிருந்தான் செல்வம்.

திருவாளூரை கடக்கும் நேரத்தில் அங்கே ஓர் அரசியல் கட்சி மாநாடு போல நடந்து கொண்டிருந்ததை கவனித்தான் செல்வம். பேருந்து அங்கே ஓர் நிறுத்தத்தில் நிற்க உடனே கீழே இறங்கினான், "நாகப்பட்டினம் டிக்கெட் வாங்கிட்டு இங்கேயே இறங்குறியே" என்று நடத்துனர் கேட்பதை பெரிதும் கண்டு கொள்ளாமல், "இங்கேயே வேலை வந்திருச்சு" என்று சொல்லி நேராக அந்த கூட்டத்திற்குள் சென்று மறைவாக நின்றான்.

அவன் கண்கள் சுற்றி இருக்கும் மக்களையும், அவர்களின் பின் பக்கம், முன் பக்கம் இருக்கும் பாக்கெட் பக்கம் சென்றது. மெதுவாக கையில் ஓர் கத்தியை எடுத்தான். கூட்டம் முடியும் தருவாய்க்கு வந்து விட்டதை உணர்ந்தான். கூட்டம் முடிந்து அனைவரும் கிளம்பும் நேரம், அவர்களுக்கே தெரியாமல் நேக்காக கத்தியால் அறுத்து அவர்களின் மணிபர்ஸை திருடினான். எட்டு மணி பர்ஸ் திருடியாகிவிட்டது, ஒன்பதாவதாக ஒருவரின் பையில் கை

 கதைப் போமா

வைக்க, அவர் இவனை கையும் களவுமாக பிடித்துவிட்டார். தப்பிக்க முயன்றும் பலனில்லாமல் கூட்டமான ஓர் இடத்தில் மாட்டிக்கொண்டான். அவனை பிடித்து தர்ம அடி அடிக்க அங்கே ஒரே சலசலப்பு.சத்தத்தை கேட்டு அங்கு வந்த MLA அடி வாங்கி ரத்த காயத்துடன் இருக்கும் இவனை பார்த்து மற்றவர்களை சத்தம் போட்டார்.

"டேய் அறிவில்லையாடா சின்ன பையனா இருக்கான் அவனை போயி இப்படி அடிக்கறீங்க, செத்து தொலைஞ்சா என்ன பண்றது" கிளம்புங்க கிளம்புங்க.

"டேய் தம்பி உன் பெயர் என்ன டா?? என்ன வயசு ஆகுது உனக்கு, இந்த வயசிலேயே திருட்டா....நான் மட்டும் வரலைன்னா உன்னை அடிச்சே கொன்னு போட்டிருப்பாங்க, என் காரில் ஏறு ஹாஸ்பிடல் போகலாம்"

மருத்துவமனை சென்று அவனுக்கு முதலுதவி செய்து அவர் வீட்டுக்கு அழைத்து சென்றார் அந்த MLA.

அவர் வீட்டின் வெளியே பெயர் பலகை தொங்கியது "மலைச்சாமி MLA".

ஒரு குரல் கொடுத்தவுடன் உள்ளிருந்து ஒரு வேலையாள் வந்தான்.

"இந்த பையனுக்கு ஏதாவது சாப்பிட கொடு, அப்படியே எனக்கும் எடுத்திட்டு வா"

"ரொம்ப தேங்க்ஸ் சார், மன்னிச்சிருங்க சார் தெரியாம திருடிட்டேன், ரொம்ப பசி அதாஉன்...."

"உன் பெயர் என்னன்னு கேட்டேன்"

"செல்வம் சார்"

"பெயர் செல்வம் ஆனால் கைல இல்லை செல்வம், நல்ல

புள்ள. எந்த ஊரு உனக்கு?"

"எனக்கு மார்த்தாண்டம் சார்"

"இங்க எதுக்கு வந்தே?"

"பிழைக்க வழி இல்லை, நாகப்பட்டினம் போகலாம்னு
போயிட்டிருந்தேன் இங்கே கூட்டத்தை பார்த்ததும்
இங்கேயே இறங்கிட்டேன்"

"ஏதாவது படிச்சிருக்கியா, ஒன்பது பர்ஸ் அடிச்சிருக்கேன்னு
பசங்க சொன்னாங்க, இந்த வயசில் அவளோ தெளிவா
அடிச்சிருக்கே, உன் அம்மா, அப்பா எங்க இருக்காங்க?"

"அவங்க உயிரோட இல்லை, அவங்க இருந்த வரைக்கும்
நான் கஷ்டப்பட்டதே இல்லை. என் சொந்த ஊரு
கன்யாகுமரி பக்கம், ஏழாவது வரைக்கும் படிச்சேன், ஒரு
விபத்தில் எங்க அப்பா, அம்மா செத்துட்டாங்க.
சொந்தக்காரங்க யாரும் எனக்கு உதவி செய்யலை. பசி
ஜாஸ்தியாச்சு, என்ன பண்றது தெரியலை, பிச்சை எடுக்க
பிடிக்கலை, அப்புறம் நம்ம வாழ்க்கையை நாம தான்
பார்த்துக்கணும்னு புரிஞ்சது, அப்போ ஆரம்பிச்சது இந்த
திருட்டு பழக்கம். இரண்டு வருஷமாக இதான் பிழைப்பே.
என் ஊரிலிருந்து திருடிட்டு மார்த்தாண்டம் வந்துருவேன்,
அங்கே திருடிட்டு மறுபடியும் கன்யாகுமரி போயிடுவேன்,
திருடிய காசுக்கு சாப்பிட வெச்சிக்குவேன், டிரஸ்
வாங்கிப்பேன், பஸ்ல போக காசு இருக்கும், அதுக்கு மேல
எந்த காசு வந்தாலும் என்னை மாதிரி இருக்கிறவங்களுக்கு
கொடுத்திருவேன். இதான் முதல் முறை வேற ஊருக்கு
போகலாம்னு முடிவெடுத்து போனேன், மாட்டிகிட்டேன்"

"அப்போ இரண்டு வருஷமாக நீ யார் கிட்டேயும்
மாட்டாமல் தப்பிச்சிருக்க"

"ஆமாம்"

<hr>

"உனக்கு வேலை கொடுக்கிறேன், மூணு வேலை சாப்பாடு கொடுக்கிறேன், இங்கேயே இருக்கியா"

"இருக்கேன், என்ன வேலை?"

(மெல்ல சிரித்தார்) " இதே வேலை தான் தம்பி, அங்கே தெரிஞ்சு பண்ற திருட்டை இங்கே தெரியாமல் செய்யணும்"

"புரியலை"

"உனக்கு புரியற மாதிரி சொல்லனும்னா, நீ இப்போ பர்ஸ் திருடினால் அதிக பட்சம் சில மணி நேரத்தில் எடுத்தவனுக்கு தெரிஞ்சிடும், திருடு போயிடுச்சுன்னு. அதே தான் நானும் செய்யுறேன் ஆனால் நான் எடுத்தது அவனுக்கு தெரியவே தெரியாது அது தான் அரசியல்"

"அப்போ நீங்களும் திருடனா?"

"நீ வயிற்று பொழப்பு திருடன், நான் நாகரீக திருடன்"

"இது தப்பு இல்லையா"

"நாலு பேருக்கு நல்லது செஞ்சா எதுவுமே தப்பு இல்லை தம்பி, வா உனக்கு இனி என்னென்ன கற்று தரேன்னு பாரு"

நாட்கள் செல்ல ஆரம்பித்தன, செல்வம் படிப்படியாக அரசியவாதியிடம் பாடம் கற்க ஆரம்பித்தான், தொகுதிக்கு என்ன தேவைன்னு மக்களிடம் விசாரிப்பான், அதை மலைச்சாமியிடம் சொல்ல, அவர் மேலிடத்தில் அதற்கு டெண்டர் கேட்டு மனு கொடுப்பர்.

டெண்டர் வேலையில் ஒரு தொகையை நிர்ணயித்து அதற்கு மேலிடத்தில் பணமும் வாங்கி அதில் 30 சதவிகிதம் மட்டுமே செலவழித்து, இவ்வளவு லட்சம், கோடிகள் செலவானது என்று கணக்கு கட்டிவிடுவார். மக்களும்

வேலையை முடித்து கொடுத்ததற்கு அவருக்கே மீண்டும் ஒட்டு போடுவார்கள். போட்ட சாலையோ, கட்டிய தண்ணீர் தொட்டியோ ஒரு வருடம் நன்றாக இருந்தால் பெரியதே.

இதை எப்படி செய்வது எங்கெங்கே காசை யாருக்கும் தெரியாமல் திருடுவது என்று விலாவரியாக செல்வத்திற்கு சொல்லி தந்தான் மலைச்சாமி.

"அய்யா இதை எப்படி மக்கள் கண்டுபிடிக்க மாட்டாங்க சொல்றீங்க, பல ஊரில் சாலை சரியாய் இல்லையே, எப்படியும் கண்டுபிடிக்க வாய்ப்பு இருக்கே"

"அது ஒரு சிலர் கண்டு பிடிக்கலாம், யாரு இதை பற்றி மனு கொடுக்க வரானோ அவனை தூக்கணும், கூட்டமாக வந்தால் நாமும் அவர்களோடு சேர்ந்து போராட்டம் செய்யணும், சாலை நான் போட்டேன், ஒவ்வொரு துறையாக வந்து சாலையை தோண்டி சாலையை பேத்துட்டாங்கன்னு சொல்லுவோம், அதுக்கும் மறுபடி சாலை போட மேலிடத்தில் பணமும் வாங்குவோம் புரியுதா. சின்ன பையன் தானே போக போக எல்லாமே கற்றுக்களாம்"

நாட்கள் இரண்டு வருடம் ஓடிவிட்டது, சிறு வயதிலேயே ஒரு சின்ன ஊரில் *MLA* பதவியில் எங்கெங்கே என்னென்ன செய்தால் லாபம் பார்க்க முடியும் என்று நன்றாக தெரிந்து வைத்திருந்தான் செல்வம்.

அடுத்த தேர்தலுக்கான தேதியும் கொடுத்தாகி விட்டது. மேலிடத்திலிருந்து மலைச்சாமிக்கு அழைப்பு வந்தது.

தலைவரை பார்க்க சென்ற மலைச்சாமிக்கு பேரதிர்ச்சி காத்திருந்தது.

தலைவர்: என்னய்யா மலைச்சாமி உண்ட வீட்டுக்கே துரோகம் பண்ணலாமா. என்னையே ஏமாத்த பாக்குறியா??

கல்யாணம் ஆகாத ஆளு ஏமாத்த மாட்டேன்னு நினைச்சேன்.

மலைச்சாமி: தலைவரே நான் ஏதும் செய்யவேயில்லை, நீங்க என்ன சொல்றீங்க.

தலைவர்: நடிச்சது போதும், நீ எவ்வளவு காசு அடிச்சேன்னு கணக்கு இதுல இருக்கு. கட்சிக்கு துரோகம் செய்ததால் உன்னை கட்சியை விட்டு நீக்குறேன். செய்த தப்புக்கு சிறையில் தண்டனை அனுபவி.

காவல்துறை மலைச்சாமியை கைது செய்து சிறையில் அடைத்தது.

அடுத்த வேட்பாளர் பெயர் பட்டியல் ஏற்பாடு செய்தனர், திருவாரூர் தொகுதிக்கு MLA வேட்பாளராக தனஞ்செழியன் போட்டியிட தேர்வானார்.

தேர்தல் நேரமும் வந்தது மக்கள் அந்த கட்சிக்கே தங்கள் பொன்னான ஓட்டை காசை வாங்கி போட்டனர். தனஞ்செழியனுக்கு அமோக வெற்றி, மேடையில் மக்களிடம் நல்ல வார்த்தைகளாக பேசி, பல கோரிக்கைகளை வைத்து மாலை மரியாதையுடன் வீட்டிற்கு வந்தார் தனஞ்செழியன்.

அவர் குடும்பமே அவரை வரவேற்க கோலாகலமாக காத்திருந்தது. எல்லோரையும் தள்ளிவிட்டு உள்ளே ஓடினார் தனஞ்செழியன், "என் செல்வமே நீ எனக்கு மகன் இல்லை என் அப்பன், ஜெயிக்கவே முடியாதுன்னு நினைச்ச திருவாரூரில் என்னை ஜெயிக்க வெச்சிட்டே".

"சில்க் ஜிப்பாயில் கலர் கண்ணாடியுடன் செல்வம் சிரித்து கொண்டே நின்றான். இவ்வளவு நாள் மலைச்சாமியுடன் அவன் நடத்திய நாடகம் அவன் கண் முன் நிழலாய் ஓடியது.

"அப்புறம் அப்பா, படிக்காம உறுபடமாட்டேன்னு சொன்னியே இப்போ பாத்தியா என் வேலை எப்படின்னு"

"படிப்பு வரலைனாலும் நீ இதில் கெட்டிக்காரன் தான்,
அடுத்து என்ன பண்ணனும்"

"வழக்கம் போல தான் அடுத்த 5 வருஷம் நம்ம கைல, முதல்
வருஷமும், கடைசி வருஷமும் மக்களுக்கு வாரி
வழங்கணும் அவங்க மனசை திருடனும், நடுவில் மூணு
வருஷம் நம்ம பெட்டியை நிரப்பணும்,
ஆரம்பிக்கலாமா......."

11

பஞ்ச பூத ருத்ர தாண்டவம்

செ்ன்னையின் அண்ணா நகரில் இருக்கிறது பூமிநாதன் வீடு. பூமிநாதன் பள்ளி படிக்கும் மாணவன் ஆனால் ரொம்ப சேட்டைக்கார பையன், எப்போ பார்த்தாலும் டிவி, மொபைல் என்று சுற்றி வருபவன். எந்நேரம் பார்த்தாலும் நடிகர் வடிவேலுவின் நகைச்சுவை பார்ப்பது தான் அவனுக்கு பொழுது போக்கு.

அன்று ஒரு நாள் காலை எட்டரை வரைக்கும் தூங்கிட்டு இருந்த பூமிநாதனை உலுக்கி எழுப்பி விட்டார் அவன் அப்பா ராகவன்.

"வயசு பதினாலு ஆகுது இன்னும் சின்ன பிள்ளையாவே இருக்க, சீக்கிரம் போய் பல்லு விளக்கி குளிச்சிட்டு வா... வாரக்கடைசியில் நீ தான் செடிக்கு தண்ணி ஊத்தணும் சொல்லிருக்கேன்ல...." என்று திட்டியபடியே எழுப்பினார்.

"அட போ பா, மனுஷன தூங்க விடாம....."என்று நொந்து கொண்டான் பூமிநாதன்.

அப்பா பிடுங்கல் தாங்காமல் எழுந்து குளியறை சென்றான்....

ராகவன் குளியலறை கதவு தட்டி,"டேய் நிறைய தண்ணிய

அதிகமா கொட்டாத, ஒரு ஆள் குளிக்கிறதுக்கு நாலு பக்கெட் தண்ணி கொட்டறியே...”

“அய்யோடா காலங்காத்தாலயே ருத்ர தாண்டவம் ஆட ஆரம்பிச்சுட்டாரே!!! என்று புலம்பியபடியே வெளியே வந்தான்.

நேராக சாப்பிட சென்ற போது. அங்கே மேஜையில் வெறும் பழங்கள் மட்டுமே இருந்தது.

"டிபன் எங்கே?"

“இனிமே ஞாயிற்றுக்கிழமை காலைல வெறும் பழங்கள் தான் சாப்பாடு”.

“ஐயோ அப்பா சாவடிக்காத அதெல்லாம் சாப்பிட முடியாது, அம்மா எனக்கு நூடுல்ஸ் பண்ணி கொடு”.

இதான் சாக்கு என்று அவள் அம்மா சீதா அவனிடம் வந்தாள்.

“டேய் பூமி எனக்கு ஒரு வேலை செஞ்சி கொடு டா, நான் நூடுல்ஸ் பண்ணி தரேன்”.

“அம்மா, நீயும் ஆரம்பிச்சுட்டியா அப்பா மாதிரி, என்ன வேணும் சொல்லு”.

”ரூம்ல பரண் மேல ரெண்டு மூணு பாத்திரம் வெச்சிருக்கேன் அதை மட்டும் எடுத்து கொடு, நீ தான் உயரமா இருக்கியே”.

பூமி பரணிலிருந்து சாமான் எடுத்து கொடுத்தான்....அப்போது ஒரு அட்டை பெட்டி நிறைய பட்டாசு இருப்பதை பார்த்துவிட்டு எடுத்து இறக்கினான்.

“அம்மா எனக்கு தெரியாம இவ்ளோ பட்டாசு ஒளிச்சு

வெச்சிருக்கீங்க?".

"ஓ ஓ...இது இங்கே இருக்கா கார்த்திகை தீபாவளிக்கு தாத்தா அனுப்பினது டா, எங்கே வெச்சேன் ஞாபகமே இல்லை".

"அப்பாவோட வேலையா இது தூக்கி மேல போட்டது. நான் இன்னிக்கே எல்லாத்தையும் வெடிக்கணும்" என்று அடம் பிடிக்க தொடங்கினான்.

அதே நேரத்தில் அவன் அப்பாவும் அறைக்குள் நுழைந்தார்.

"எடுத்திட்டியா, இன்னிக்கே வெடிக்கணும்னு ருத்ர தாண்டவம் ஆடுவானே உன் பையன், சரி போய் வெடி, பார்த்து வெடி கைல சூடு பட்டுக்காம".

"அதெல்லாம் தெரியும் பா நான் ஒன்னும் சின்ன குழந்தை இல்லை".

அந்த நாள் முழுவதும் பட்டாசு வெடித்து சாலையை குப்பை ஆக்கினான், இரவு எல்லா வகையான ராக்கெட்களும் காலி செய்தான். எல்லா குப்பையும் மொத்தமாக சேர்த்து கொளுத்திவிட்டு வீட்டுக்குள் போய் விட்டான். உறங்க சென்ற நேரம் அந்த நெருப்பில் ஒரு ராக்கெட் வெடிக்காமல் இருந்தது, அது நேராக அவன் வீட்டு ஜன்னலில் இடித்து கண்ணாடி உடைந்து வீட்டு அறையில் சென்று வெடித்தது.

ஜன்னல் திரையிலும், மெத்தையில் நெருப்பு பட்டு தீ பற்றி கொண்டது.....சிறிது நேரத்தில் தீ எங்கும் பரவி தனது ருத்ர தாண்டவத்தை காட்டியது.

பூமிநாதன் "காப்பாத்துங்க காப்பாத்துங்க" என்று கத்தினான்.

தீ அணைப்பு படை வந்து தீயை அணைக்க முயற்சி

செய்தனர், கரும் புகையில் பூமிநாதன் மயங்கி விழுந்து இருந்தான்.....

கண் திறந்து பார்க்கும்போது ஏதோ ஒரு பழைய கட்டிடத்தில் இருந்தான், அடி ஏதும் படவில்லை மயக்கம் மட்டுமே கரும் புகையினால்.

"நான் எங்க இருக்கேன்?"

"உனக்கு ஒன்னும் இல்லை படு, நீ இருக்கிறது பீச் ரோடு, அரசு மருத்துவமனை" என்று அந்த செவிலியர் கூறினாள். "அப்பா, அம்மா எங்கே?"

"அவங்களுக்கு தீ காயம் இருக்கு, தீ காய வார்டுல இருக்காங்க" என்று அதற்கு வழி காட்டினாள்.

பூமிநாதன் தான் செய்த வேலை நினைத்து வருந்தினான், "நான் போய் பார்க்கிறேன்" என்று எழுந்து சென்றான்.

இறங்கி நடக்க ஆரம்பிக்கையில் தலை சுற்றுவது போல் இருந்தது....என்னவென்று யோசிக்க அந்த கட்டிடமே ஆடியது அவன் கட்டில் மேலே இருக்கும் சுவர் கீழே விழுந்தது, எல்லோரும் அடித்து பிடித்து கொண்டு வெளியே ஓடினர்.

வெளியே பெருங்கூட்டம் இருந்தது, யாரோ ஒருவன் சொன்னான், எங்கோ நில நடுக்கம் வந்திருக்கு அதோட பிரதிபலிப்பு இங்கேயும் தெரியுது, இது பழைய கட்டிடம் அதான் சில சுவர் கீழ விழுந்திருச்சு.

பூமிநாதன் இது தான் முதல் முறை நில நடுக்கம் நிஜத்தில் பார்க்கிறான், அவன் கண்கள் அவன் அப்பா, அம்மாவை தேடியது.

இப்போதான் நெருப்பிலேந்து தப்பிச்சேன் அதுக்குள்ள நிலத்துல அடி விழுதே என்று நினைத்தான்.அங்கே மக்கள்

அங்கே பாருங்க என்று கத்த, அங்கே கடல் தண்ணி உள்வாங்கி கொண்டிருந்தது....ஏதோ விபரீதம் நடக்க போகிறது என்று மட்டும் இவனுக்கு புரிந்து விட்டது. மருத்துவமனை உள் சென்று அவன் அப்பா, அம்மாவை வெளியே வரவைக்க ஓடினான்.

சிறுது நேரத்தில் ஒரு ராட்சத அலை அடித்தது, கடல் தண்ணீர் ஊருக்குள் புகுந்தது.....கண்ணுக்கு தெரிந்த இடம் எல்லாம் தண்ணீர் வேகமாக புகுந்தது கட்டிடங்கள் எல்லாம் இடிந்து விழ தொடங்கியது....தண்ணீர் ருத்ர தாண்டவம் ஆட தொடங்கியது,

பூமிநாதன் தண்ணீரில் மாட்டிக்கொண்டான், தண்ணீர் அவனை உள்ளே இழுத்தது.

தெய்வமே, காப்பாத்துங்க....என்று அலறினான்!!!

கடலில் இருந்து ஐந்து தெரு வரை மொத்தமும் தண்ணீர் அடித்து சென்றது, எல்லா இடமும் தண்ணீர் தண்ணீர்.

மெல்ல எல்லாம் ஓய்ந்தது. தலை வலிக்கிற மாதிரி இருக்கு கண்ணு திறக்க முடியல பூமிநாதன் திணறினான்....சட சடவென பெரிய சத்தம், அவன் மேல் மழை துளிகள் விழுந்தன. கண் திறந்து பார்த்தால் ஏதோ ஒரு கடற்கரையில் இருந்தான், தண்ணீர் அவனை எங்கோ அடித்து சென்று கரை சேர்ந்திருந்தது....

இப்போது இடியுடன் கூடிய மழை.சுத்தி பார்த்தால் அது ஒரு தீவு போல இருந்தது ஓடி ஒளிய மரங்கள், செடிகள் மட்டுமே இருந்தன. சென்று ஒளிந்து கொண்டான். புயல் காற்று, இடி, மின்னல், கன மழை எல்லாம் சேர்ந்து கோர தாண்டவம் ஆடியது.

நான் இங்க எப்படி வந்தேன், எவ்ளோ நாள் ஆச்சு, எந்த இடம், எதுவுமே தெரியவில்லை.என்னாச்சு எனக்கு பஞ்ச பூதமும் என்னை வெச்சி செய்யுதே....அவன் அப்பா,

அம்மாவை நினைத்து அழுதான். அந்த தீவில் அவன் மட்டுமே இருந்தான்.

ஒரு வழியாக மழை நின்றது. புயலுக்கு பின்னே வரும் அமைதி நிலவியது. இப்போது அந்த ரம்மியமான கடல் காற்று, மரங்கள், இயற்கை காட்சிகளை ரசித்தான். ஆனால் வயிறு பசி எடுத்தது கொலை பசி, என்னதான் இருக்கு என்று தேடி பார்க்க, மரங்களில் பழங்கள் மட்டுமே இருந்தது எல்லாவற்றையும் பறித்து வந்து கட கடவென சாப்பிட்டான், அப்பா பழம் சாப்பிட சொன்னது இப்போ ஞாபகம் வந்தது அதை நினைத்து அழுதான்.

ஒரு நாள் முழுவதும் அங்கேயே இருந்தான் தப்பிக்க வழியே இல்லை, கடல் காற்றில் உறக்கம் நன்றாக வந்தது.

மறு நாள்.....கடல் மண்ணில் உதவி என்று பெரிதாக எழுதினான் அதன் மேல் இலைகளை எல்லாம் பறித்து ஈரமாக்கி மண்ணில் ஒட்டினான், மேலிருந்து பார்த்தால் பச்சை நிறத்தில் உதவி என்று தெரிவது போல் செய்தான்.

சில மணி நேரம் பிறகு பாதுகாப்பு படையினர் ஹெலிகாப்டரில் பறந்து வந்தது தெரிந்தது, கை அசைத்து கத்தினான். அவர்கள் இவனை பார்த்து கீழ் இறங்கி பூமிநாதனை ஹெலிகாப்டரில் ஏற்றினர்.

"எப்படி இங்க வந்தீங்க தம்பி" என்று கேட்க, "வெள்ளம் அடித்து வந்துச்சு, இங்கே வந்து எவ்வளவு நாள் ஆச்சு தெரியலை, எந்த இடம்னு தெரியல" என்றான். அவன் ஊர் விலாசம் தர, ஹெலிகாப்டர் அங்கே பறந்தது.கீழே பார்த்தால் நிறைய இடம் தண்ணீரில் மூழ்கி இருந்தது, ஒரு வழியாக அவன் வீட்டு மொட்டை மாடி தெரிய, "இது தான் என் வீடு" என்று காட்டினான்.

ஹெலிகாப்டர் பெரிதாக கீழே இறங்க முடியவில்லை அதிக காற்று அடித்தது அவர்கள் பாராச்சூட் கொடுத்து குதிக்க சொன்னார்கள்.எட்டி பார்த்தால் பக் பக் என்று பயமே

மிஞ்சியது.... பஞ்ச பூதம்ல ஆகாயம் மட்டும் தான் பாக்கி நினைச்சோம் இப்போ அதுவம் ருத்ர தாண்டவம் ஆடுதே என்று நினைத்து கொண்டான்.

எங்கே காற்று அடிப்பதில் ஹெலிகாப்டர் வெடிச்சு மறுபடியும் நெருப்புலேந்து ஆரம்பிச்சிருமோன்னு பயம்.....குதிச்சிருடா கைப்புள்ளனு குதிக்க......

நேரடியாக தரையில் சென்று முட்டி கொண்டான், முகத்தில் அடி, திருப்பி கண் திறந்து பார்த்தால் அவனிருந்தது அவன் வீட்டில் அவன் அறையில், கட்டிலில் விழுந்திருந்தான்.

அப்போ இவ்ளோ நேரம் நடந்தது எல்லாம் கனவா????

நல்லா கிளப்பறாங்கயா பீதியை......!!!???!!!!

அடுத்த நாள் அளவான தண்ணீரில் குளித்துவிட்டு, செடிக்கு தண்ணி ஊற்றிவிட்டு, ஆப்பிள் மட்டும் சாப்பிட்டுவிட்டு பள்ளிக்கூடம் கிளம்பினான் அவனை ஆச்சிரியமாக பார்த்தனர் ராகவனும் சீதாவும்.

12

மர்ம தீவு மோதூ

செ்ன்னையில் ஒரு மிக பிரபலமான சுற்றுலா கம்பெனியில் அதன் மேலாளர் கதிரை பார்க்க காத்திருந்தார் ACP துரை சிங்கம். மேலாளர் கதிர் வந்ததும்.....

கதிர்: *Good Morning* சார், சொல்லுங்க என்ன உதவி வேணும்?

துரை சிங்கம்: ஒரு கேஸ் விஷயமா பார்க்க வந்தேன், போன வாரம் மாலே தீவு சுற்றுலா போன தொழில் அதிபர் ராஜசேகர் நேற்று இறந்திருக்கார். அவர் இறப்பு மேலே சந்தேகம் இருக்கிறதா அவங்க குடும்பம் வழக்கு கொடுத்திருக்காங்க. 10 நாள் சுற்றுலா மாலே தீவுக்கு உங்க கம்பெனி மூலமா தான் போயிருக்கார் இரண்டு நாள் முன்னாடி தான் வந்திருக்கார். சுற்றுலா 10 நாளும் அவர் உடல் நலம் எப்படி இருந்துச்சு ஏதாவது உடல் நிலை கோளாறு இருந்துச்சா தெரியணும், உங்க கம்பெனி ஆட்கள் ஒருத்தர் கூட போயிருந்ததாக தகவல், அவரை விசாரிக்கணும்.

கதிர்: சரி கண்டிப்பா விசாரிக்கலாம், நான் வர சொல்றேன்.

சர்வேஷ்க்கு அழைப்பு விடுக்கிறார்....

சர்வேஷ்: *Good Morning* சார்

கதிர்: இவர் *ACP* துரை சிங்கம், ஒரு வழக்கு விஷயமா விசாரிக்க வந்திருக்கார், உங்களுக்கு தெரிஞ்சதை சொல்லுங்க.

கதிர் துரை சிங்கம் சொன்னதை சர்வேஷிடம் கூறினார்.

சர்வேஷ்: கிளம்பற அன்னிக்கு மட்டும் சோர்வா இருந்தார், என்னனு விசாரிச்சப்போ ஊர் சுற்றிய களைப்புன்னு சொன்னார்.

துரை சிங்கம்: எங்க எல்லாம் சுற்றுலா போனீங்க ஏதாவது சாப்பாடு சரி இல்லாம போயிருக்க வாய்ப்பு இருக்கா.

சர்வேஷ்: இந்த குழு முழுக்க செல்வந்தர்கள் (*High Class*) வந்தது ஆடம்பரமான நட்சத்திர ஹோட்டல் தான் ஏற்பாடு பன்னியிருந்தோம், சாப்பாடு குறை இருக்க வாய்ப்பு இல்லை. எல்லாமே உயர் தர ஹோட்டல், வெளியே போவதற்கும் உயர் தர கப்பல், படகு தான் ஏற்பாடு பன்னியிருந்தோம், பத்து நாள் சுற்றுலா அதில் எட்டு நாள் எங்களோட தான் இருப்பாங்க, கடைசி இரண்டு நாள் மட்டும் அவர்கள் சுதந்திரமா எங்க வேணாலும் போகலாம் அவர்கள் கேட்கும் வசதிகள் மட்டும் நாங்க ஏற்பாடு பன்னி தருவோம்.

துரை சிங்கம்: ராஜசேகர் அந்த இரண்டு நாள் எங்க போனார் தெரியுமா.

சர்வேஷ்: மோதூ தீவுக்கு போக படகு வேணும் கேட்டார் அதை ஏற்பாடு பன்னி கொடுத்தோம்.

துரை சிங்கம்: நீங்க எந்த தீவுல தங்க ஏற்பாடு பன்னீங்க?

சர்வேஷ்: நாங்க பதள்ளா தீவுல தங்கி இருந்தோம். மாலேல

நூறுக்கும் மேல தீவு இருக்கு எல்லாமே படகு வழி தான் போக முடியும், ஒவ்வொரு தீவும் ஒரு தனி தன்மையோட இருக்கும்.

துரை சிங்கம்: நீங்க சொன்ன மோதூ தீவுல என்ன விசேஷம்?.

சர்வேஷ்: அங்க சாமியார் ஒருத்தர் இருக்கார் மிலன் சஜித், ரொம்ப பிரபலம். அவரை பார்க்க உலகம் பூரா கூட்டம் வரும் அவரை பார்க்க தான் ராஜசேகர் போனார். மூணு மாசத்துக்கு ஒரு முறை நாங்க குழு அமைத்து மாலே தீவு போவோம் அதுல நிறைய சுற்றுலா பயணி அந்த மோதூ தீவுக்கு போயிருக்காங்க.

துரை சிங்கம்: நீங்க எப்பவும் பதள்ளா தீவுல தான் தங்குவீங்களா?

சர்வேஷ்: இரண்டு விதமான சுற்றுலா ஏற்பாடு பண்ணுவோம் ஒன்னு மேல் தட்டு மக்களுக்கு மட்டும் அதுக்கு பதள்ளா தீவு 5 நட்சத்திர அந்தஸ்து ஹோட்டல் தான் ஏற்பாடு பண்ணுவோம், இரண்டு நடுத்தர வர்க்கத்துக்கான சுற்றுலா இதுக்கு மாபிஷி தீவுல ஏற்பாடு பண்ணுவோம். இந்த வருஷம் மட்டும் மூன்று முறை போயிருக்கோம். தமிழ்நாடு மட்டும் இல்லை தென் இந்தியா மக்கள் எல்லோரும் எங்க சுற்றுலாவில் வந்திருக்காங்க.

துரை சிங்கம்: கடந்த மூணு முறை போன பிரயாணிகள் பட்டியலும் முகவரி முதற்கொண்டு எனக்கு வேணும்.

சர்வேஷ்: கொஞ்சம் காத்திருங்க நான் தரேன்.

பிரயாணிகள் பட்டியலுடன் துரை சிங்கம் துப்பறிய தொடங்கினார்.

மூன்று பட்டியலில் தலா 20 பேர் சுற்றுலா சென்றிருந்தனர், 60

 கதைப்போமா

பேரை விசாரிக்க வேண்டும் அதில் ஒரே குடும்பத்தை சேர்ந்தவர்களும் இருக்க கூடும், அதிகபட்சம் ஒரு வாரத்திற்குள் ரிப்போர்ட் வேண்டும் என்று கட்டளையிட்டார்.

போலீஸ் படை இன்ஸ்பெக்டர் ஆதித்யன் தலைமையில் வேலை ஆரம்பித்தது ஒரு வாரம் அனைத்து முகவரியும் விசாரித்து ரிப்போர்ட் சமர்ப்பித்தது. மூன்றுபேரை தவிர யாரும் அதன் பிறகு மாலே தீவுக்கு செல்லவில்லை அல்லது சம்பந்தப்படவில்லை.

ஆதித்யன்:

சென்னையை சேர்ந்த ராஜசேகர் இறந்துள்ளார் - இறப்புக்கான காரணம் *food poison*

கொச்சியை சேர்ந்த ருக்மணி மீண்டும் மாலே தீவுக்கு சென்று மிலன் சஜித் கூட்டத்தில் சேர்ந்துள்ளார்.

கோயம்புதூரை சேர்ந்த தொழிலதிபர் மாணிக்க வேல் இறந்துள்ளார் - இறப்புக்கான காரணம் *food poison*

துரை சிங்கம்: சென்னையிலிருக்கும் மொத்த ட்ராவல் ஏஜென்சி பட்டியல் எடுத்து யார் யார் மாலே தீவுக்கு சுற்றுலா போனார்களோ அவர்கள் மொத்த பட்டியலும் எடுத்து அதில் பயணித்த அனைவரையும் விசாரிக்கணும்.

போலீஸ் படை விரைந்து செயல் பட்டது, மூன்று வாரம் அனைத்து விசாரணையும் முடித்து ரிப்போர்ட் சமர்ப்பிக்கப்பட்டது.

ஆதித்யன்: இந்த ரிப்போர்ட் இல் எட்டு புதிய தகவல் கிடைச்சிருக்கு. அதில் ஐந்து பேர் சுற்றுலா முடித்து திரும்பி வந்த ஒரு வாரத்தில் இறந்திருக்காங்க சிலர் குடும்பத்தில் இரண்டுபேர் - எல்லா மரணத்திற்கு காரணம் *food poison*.

இரண்டு பேரு சென்னை சேர்ந்தவங்க, இரண்டு பேரு திருச்சி & ஒன்று மதுரை.

துரை சிங்கம்: எல்லாருக்கும் என்ன வயசு இருக்கும்.

ஆதித்யன்: *40 முதல் 50 தான். மீதி மூன்றில் இரண்டு பொண்ணு ஒரு பையன் திரும்ப மாலே தீவுக்கு போயிருக்காங்க மிலன் சஜித் ஆசிரமத்தில் சேர்ந்திருக்காங்க.*

துரை சிங்கம் சற்று குழம்பி போனார்....

துரை சிங்கம்: எதற்காக *food poison* காரணமாக இருக்கணும், இவர்கள் யாருக்கும் ஏதாவது ஒற்றுமை இருக்கா.

ஆதித்யன்: இல்லை

துரை சிங்கம்: மறுபடியும் மாலே தீவுக்கு அந்த மூன்று பெண்களும் ஒரு ஆணும் எதற்காக போனாங்க? ஏதாவது தெரிஞ்சுதா?

ஆதித்யன்: *அந்த மூன்று பொண்ணுக்கும் கல்யாண ஆசை இல்லை, அந்த பையன் தற்கொலை செய்யும் எண்ணம் நிறையவே இருந்திருக்கு. அவன் மனநிலை மாற்ற சுற்றுலா போயிட்டு அப்படியே மிலன் சஜித் சாமியாரை தரிசனம் செய்து விட்டு வந்திருக்காங்க. அவன் திரும்ப அங்கேயே போயிருக்கான்.*

துரை சிங்கம்: எங்கயோ தப்பு நடக்குது, நம்ம கண்ணுல படமாட்டேங்குது. இது எல்லாமே குழுவா மாலே தீவுக்கு போனவங்க, இந்த இறந்தவங்க திரும்ப வந்த விமானதுல வேற யாரு பிரயாணம் பண்ணாங்க இதை கண்டு பிடிச்சா பிடிச்சிரலாம்.

துரை சிங்கம் முழு மூச்சாக இந்த வழக்கில் இறங்கினார், பிரயாணிகள் பட்டியல் எடுத்து 200 பிரயாணிகளை விசாரணை நடத்தினர். விசாரணை முடிவில்....

துரை சிங்கம்: மூன்று பேரு தவிர மற்ற எல்லாரும் இந்தியால தான் இருக்காங்க. காமேஷ், சுனில் & குப்தா இவங்க மூன்று பேரும் திரும்ப மாலே தீவுக்கு போயிருக்காங்க அவங்க இருக்கிறது மிலன் சஜித் இருக்கிற மோதூ தீவுல. இவங்க திரும்ப போன தேதியும், அந்த இறந்தவங்க தேதியும் பொருந்துது. அந்த ஐந்து பேர் இறப்புக்கும் மிலன் சஜித்க்கும் கண்டிப்பா சம்பந்தம் இருக்கு. இவங்க ஐந்து பேரும் வேற வேற தேதில மிலன் சஜித்தை பார்த்திருக்காங்க இவங்களை மட்டும் எதுக்கு கொல்லனும்?? ஏதாவது ஒரு விஷயம் இவங்களுக்கு பொதுவா இருக்கனும் அதை கண்டு பிடிக்கனும்.

ஆதித்யன்: யாருக்குமே இங்க சம்பந்தம் இல்லை சார், நான் விசாரிக்கும்போது ராஜசேகர் குடும்பம் தவிர மற்ற யாருக்குமே இது கொலைன்னு கூட தெரியல. சாப்பாடு கோளாறால் இறந்துட்டார்னு தான் சொன்னாங்க. ராஜசேகர் மனைவி தான் அவர் சாமியார் பார்க்க வரமாட்டேன்னு சொன்னாரு நான் தான் வம்படியா கூட்டிட்டு போனேன்னு சொன்னாங்க.

துரை சிங்கம்: ஏன் வர மாட்டேன் சொன்னாராம்?

ஆதித்யன்: அவருக்கு கடவுள் நம்பிக்கை இல்லை அதனால சாமியாரெல்லாம் பார்க்க வரலைன்னு சொல்லிருக்கார்.

துரை சிங்கம்: அப்போ நாம யோசிக்கற பொதுவான ஒரு குணம் இந்த ஐந்து பேருக்கும் ஏன் இதுவா இருக்க கூடாது?. மற்ற நாலு பேரு வீட்டுக்கும் உடனே தொடர்பு கொண்டு விசாரிங்க.

ஆதித்யன் விசாரிக்கிறார்.....

ஆதித்யன்: சார் நீங்க சொல்றது சரி, விசாரிச்சதுல மற்ற நாலு பேரும் நாத்திகவாதி, அவங்க மனைவியோ, மகளோ சொன்னதுக்காக தான் சாமியார் மிலன் சஜித் பார்க்க போயிருக்காங்க.

துரை சிங்கம்: சூப்பர், இப்போ மிலன் சஜித் அந்த சாமியார் பத்தின முழு விவரம் கலெக்ட் பண்ணனும்.

ஆதித்யன்: சார் அவர் வெப்சைட் வெச்சிருக்கார், லட்சக்கணக்குல அவருக்கு பக்தர்கள் இருக்காங்க, எப்படி பிடிக்க முடியும்.

துரை சிங்கம் மிலன் சஜித் முழு விவரங்களை சேகரிக்கிறார்......

துரை சிங்கம்: ஆதி சாமியார் கேஸ் ரொம்ப சூடா இருக்கு. மிலன் பொறந்தது பரோடால இருபது வயசு வரைக்கும் சாப்பாட்டுக்கே கஷ்டம் அதுக்கு அப்புறம் சாமியார் வேஷம் போட ஆரம்பிச்சு பல பொண்ணுங்க வாழ்க்கை சீரழிச்சிருக்கான். பரோடா போலீஸ் தேடும்போது கல்கத்தா போயிட்டான், அங்க தான் ஆசிரமம் ஆரம்பிச்சிருக்கான் அங்கேயும் பல பொண்ணுங்க வாழ்க்கைல விளையாடி இருக்கான். தன்னை தானே கடவுள்னு சொல்லிட்டு இருந்திருக்கான். பெங்களூரு, விசாகப்பட்டினம், நேப்பாள்ன்னு சுத்தி மாலே தீவுல ஒரு தீவு விலைக்கு வாங்கி ஒரு சாம்பிராச்சியமே உருவாக்கி இருக்கான். அவன் தான் கடவுள்னு சொல்றதால கடவுள் நம்பிக்கை இல்லாதவங்க மேல ஒரு வெறுப்பு அவனுக்கு இருந்திருக்கு, இதை பத்தி பெங்களூர்ல ஒரு வழக்கு ஒருத்தர் சொல்லி இருக்கார். அதனால இந்த கொலைகளை மிலன் சஜித் செய்திருக்க வாய்ப்பு அதிகம்.

ஆதித்யன்: எப்படி சார் இந்த சாமியாருங்க தப்பிச்சிட்டே இருக்காங்க.

துரை சிங்கம்: எல்லாம் மக்கள் கொடுக்கிற இடம் தான். மக்களை வசியம் பண்றதுக்கு ஏதோ செய்யறான், மக்கள் போய் விழறாங்க.

ஆதித்யன்: இவனை எப்படி பிடிக்க முடியும், யாராவது அவனுக்கு எதிரா சாட்சி சொல்லுவாங்களா?

துரை சிங்கம்: இருக்கிற கேஸ் வைத்து விசாரிக்க பாப்போம். உடனே மாலே தீவுக்கு போக ஏற்பாடு பண்ணுங்க.

துரை சிங்கம் & ஆதித்யன் மாலே தீவுக்கு பறக்கிறார்கள்...

இயறக்கை ரம்மியமான ஒரு ஹோட்டல்லில் தங்கி மாலே போலீஸ் உதவியை கேட்டனர். அவர்கள் உதவியோடு மோதூ தீவு வாசல் வரை தான் செல்ல முடிந்தது, போலீஸ் வாசனை மோப்பம் பிடித்து உள்ளே நுழைய முடியாத படி எல்லா ஏற்பாடுகளும் மிலன் சஜித் ஆட்கள் செய்திருந்தனர். எவ்வளவோ முயன்றும் ஒன்றும் நடக்கவில்லை, மாலே போலீஸ் மிலன் ஷாஜித்க்கு ஆதரவாகவே பேசியது. இதுக்கு வேற வழியா தான் போகணும் என்று கிளம்பி மீண்டும் இந்தியா வந்தனர்.

துரை சிங்கம்: ஆதி எனக்கு நம்ம ஆள் இரண்டு பேரு வேணும், நல்லா நீச்சல் தெரிஞ்சிருக்கணும், எல்லா விதமான படகு ஓட்ட தெரிஞ்சிருக்கணும், ஓட தெரிஞ்சிருக்கணும், தற்காப்பு கலை தெரிஞ்சிருக்கணும், வேற்று மொழி பேச தெரிஞ்சிருக்கணும், உடம்புல எந்த நோயும் இருக்க கூடாது. ஏற்பாடு பண்ணுங்க.

ஆதித்யன்: நீங்க சொல்ற மாதிரி ஆள் கருப்பு கமாண்டோஸ் பிரிவில் நாலு பேரு இருக்காங்க, நான் நாளைக்கு அனுப்பறேன்.

இரண்டு வாலிபர்கள் ஆதித்யன் அழைத்து வந்தான்.

ஆதித்யன்: *சார் இவங்க செங்குட்டுவன், குற்றாலீஸ்வரன் எதுக்கும் துணிஞ்சவங்க.*

துரை சிங்கம்: *குட், உங்க இரண்டு பேருக்கும் ஒரு பெரிய வேலை கொடுக்க போறேன். இரண்டு பேரும் மாலே தீவுக்கு போகணும் அங்க மோதூ தீவுக்கு போகணும். ஒருத்தர் வாழ்க்கைல விரக்தின்னு அந்த சாமியார் மிலன் சஜித் சீடரா சேரணும், இன்னொருத்தர் பத்திரிக்கையாளரா போகணும் அந்த ஆசிரமம் எப்படி நடத்தறாங்கன்னு பேட்டி எடுக்க. அவங்க ரொம்ப ஆபத்தான ஆளுங்க ஜாக்கிரதையா இருக்கணும். ஏதாவது சாப்பிட கொடுப்பாங்க அதுல வசிய மருந்து கலக்க வாய்ப்பு இருக்கு. உங்களுக்கு 30 மாத்திரை தரேன் இது ஒரு நோய் தடுப்பு மாத்திரை தினமும் உபயோகிக்கணும் அவங்க கொடுக்கிற மருந்தால உங்களுக்கு எந்த ஆபத்தும் வர கூடாது. கண்ணாடி கேமரா, பேனா கேமரா, செயின் கேமரா எல்லாம் தரேன் அங்கே நடக்கிறதை அப்படியே படம் பிடிச்சு எங்களுக்கு அனுப்பனும், வேலை முடிஞ்சிட்டாலோ இல்லை அவங்க கிட்ட மாட்டிகிட்டாலோ எப்படியாவது தப்பிச்சிரணும் பக்கத்துல நிறைய தீவு இருக்கு எங்கேயாவது பாதுகாப்பான இடத்துக்கு போயிட்டு எனக்கு தகவல் சொல்லுங்க.*

செங்குட்டுவன்: *சரி சார், நாங்க எப்போ கிளம்பனும்*

துரை சிங்கம்: *நாளைக்கே. மாலே தீவு போக பாஸ்போர்ட் மட்டும் போதும் விசா அங்கேயே கிடைக்கும். All the best!*

அடுத்த நாள் செங்குட்டுவன் & குற்றாலீஸ்வரன் மாலே தீவு வந்திறங்கினர்.

செங்குட்டுவன் அடிமையா சேரவும் குற்றாலீஸ்வரன் பத்திரிகையாளராகவும் மோதூ தீவு சென்றனர். முதல்

வரிசையில் செங்குட்டுவன் செல்ல சாமியார் மிலன் சஜித்
காட்சியளித்தார்,

மிலன் சஜித்: மகனே உனக்கு என்ன பிரச்சனை சொல்?.

செங்குட்டுவன்: வாழ்க்கை வாழவே பிடிக்கலை, சாகலாம்
இருந்தேன் எங்க அம்மா உங்களை பார்க்க சொன்னாங்க
அதான் வந்தேன்.

மிலன் சஜித்: கவலை படாதே உன்னை நான் வாழ
வைக்கிறேன், இந்தா இந்த புனித நீரை அறுந்து.

ஒரு கமண்டலத்தில் இருந்து தண்ணீர் ஊற்றினான், சிறுது
முழுங்கி விட்டு கீழே சிந்துவது போல் கீழே விட்டான்
செங்குட்டுவன், அவனை கொண்டு செல்ல இரண்டு
ஆட்கள் வந்தனர். அவனை இடது பக்கம் ஓர் அறைக்கு
அழைத்து சென்றனர்.அவன் கண்ணாடி அனைத்தையும்
படம் பிடித்து கொண்டிருந்தன.

குற்றாலீஸ்வரன் பத்திரிகையிலிருந்து வருவதாக கூறி
ஆசிரமத்தை சுற்றி பார்க்க வேண்டும் வீடியோ பதிவு செய்ய
வேண்டும் என்று சொல்ல, கேள்விகள் கேட்கலாம் பதில்
கிடைக்கும், ஆசிரமம் சுற்றி பார்க்கலாம் ஆனால் வீடியோ
பதிவு செய்ய தடை என்றார்கள். வீடியோ
வைத்துவிட்டு கிளம்ப அவனை ஆசிரமம் சுற்றி காட்ட ஒரு
பணி பெண் அழைத்து சென்றாள்.

ஒரு அரண்மனை போல் இருந்தது அந்த இடம், அங்கேயே
தங்கி விட வேண்டும் போல் இருந்தது குற்றாலீஸ்வரன்க்கு,
நாலு பக்கமும் கடல், குளிர்ந்த காற்று, எங்கும் மரம், செடி
கொடிகள்.அந்த கால அந்தப்புரம் போல் ஒரு சிறிய
அரண்மனை உள்ளே பெண்களுக்கு மட்டும். மொத்தமாக
அவன் பார்த்தவரை 3000 மக்கள் இருக்க கூடும் அந்த தீவில்.

முதல் நாள் வருபவர்கள் அங்கு தங்க அனுமதி இல்லை,
இருட்டாவதற்குள் எல்லோரையும் அனுப்பி

கொண்டிருந்தனர். குற்றாலீஸ்வரன் பின்னால் இருக்கும் அரண்மனை வரை சென்று வர நேரமானது, செங்குட்டுவன் வலிப்பு வந்தது போல் நடித்து சரியாகாதவாறு நேரம் கடத்தினான்.

இப்போது இருவரையும் வெளியே கூட்டி செல்ல ஒரு ஆள் வந்தான், அவனை பார்த்ததும் அடையாளம் தெரிந்துவிட்டது அவன் தான் குப்தா, துரை சிங்கம் அந்த மூணு பேரு பாஸ்போர்ட் போட்டோ கொடுத்திருந்தார்.

சுற்றி பார்த்தனர் 500 அடி தாண்டினால் பெரிய படகு எல்லோரையும் அழைத்து செல்ல காத்திருக்கிறது, இடது பக்கம் 800 அடி சென்றால் சிறு படகுகள் மூன்று இருப்பதை கவனித்து இருந்தனர்.

செங்குட்டுவன் வேண்டும் என்றே குற்றாலீஸ்வரனை மோத அவன் கீழே விழுந்தான், இவனை அடிக்க ஓடி வர இவன் அவனை திருப்பி அடிக்க முயல குற்றாலீஸ்வரன் ஓட ஆரம்பித்தான், அவனை துரத்தி கொண்டு ஓடுவது போல் ஓடினான் செங்குட்டுவன். இதை சற்றும் எதிர் பார்க்காத குப்தா அவர்களை துரத்த.அவர்களுக்கு ஈடு கொடுத்து குப்தாவால் ஓட முடியவில்லை, தனி படகு பக்கம் வந்திருந்தனர் பின்னால் குப்தா வந்து கொண்டிருந்தான் அதற்கு பின்னால் நான்கு பேர் துரத்தி கொண்டு வந்தனர், குப்தா கிட்ட வந்தவுடன் இரண்டே அடி, ஓடி வந்த மூச்சிரைச்சலில் கீழே மயங்கி விழுந்தான் அவனை அப்படியே தூக்கி படகில் போட்டு படகை எடுத்து காற்று சென்ற திசைக்கு திருப்பி ஓட்டினர்.

கண்ணுக்கு எட்டியவரை கும்மிருட்டு ஆகி இருந்தது, தூரத்தில் ஏதோ வெளிச்சம் தெரிந்தது அருகில் சென்று பார்த்தால் அது ஒரு தீவு இன்னமாதூ. அந்த தீவை சுற்றியே படகை ஓட்டினர்.தீவு நெருக்கத்தில் மட்டுமே செல் போன் டவர் கிடைத்தது, துரை சிங்கமை தொடர்பு கொள்ள முயற்சித்தனர், முதல் அழைப்பிலேயே அலைபேசியை

எடுத்தார்.

குற்றாலீஸ்வரன்: *சார் முதல் நாளே குப்தாவை பிடிச்சாச்சு, இப்போ எங்க பிடில. இன்னமாதூன்னு ஒரு தீவு இருக்கு அது பக்கம் இருக்கோம், இங்க தீவுக்குள்ள இறங்கினா மாலே போலீஸ் இருக்குமா தெரியல என்ன பண்ண?.*

துரை சிங்கம்: நீங்க இருக்கற தீவு தாண்டி வந்தா இன்னொரு தீவு ரஸமதூன்னு இருக்கும். அங்க வாங்க. நாங்க இங்கே தான் இருக்கோம்.

குற்றாலீஸ்வரன்: *நீங்க மாலே வந்தாச்சா?*

துரை சிங்கம்: நீங்க போன அடுத்த விமானதுல வந்திட்டோம், உங்க திறமை மேலே இருந்த நம்பிக்கை தான்.

படகு ரஸமதூ தீவுக்கு போனது, குப்தா துரை சிங்கத்திடம் சிக்கி இருந்தான்.

அவனை தெளிய வைத்து விசாரணை நடத்தினர். அவனுக்கு ஹிந்தி மட்டுமே தெரிந்திருந்தது, செங்குட்டுவன் மொழி பெயர்தான்.

துரை சிங்கம்: இதுக்கு மேலே தப்பிக்க முடியாது குப்தா. நீ தான் இரண்டு பேரு கொலை பண்ணனு தெரியும் ஏன் எதுக்கு சொல்லிடு.

குப்தா: என்னை சாகடிச்சாலும் என்கிடேந்து உண்மை வராது

துரை சிங்கம்: உன்னை யாரு சாவடிக்க போறா, அதுக்கும் மேல செய்யறோம்.

கையில் இருந்த ஆனி எடுத்து அவன் கையில் அடிக்க அவன் வலியால் துடித்தான்.

தொடர் சித்ரவதைக்கு பிறகு வாய் திறந்தான் குப்தா....

குப்தா: மிலன்ஜி அவர் தான் கடவுள்னு இந்த உலகத்தை நம்ப வெச்சிட்டாரு, வர பக்தர்கள் எல்லாம் அவரை கடவுளாவே பார்ப்பாங்க, அதுலயும் சிலர் இங்கே வரும்போது எனக்கு கடவுள் பக்தியே இல்லைனு சொல்றது உண்டு, அவங்க எல்லாரையும் தனியா கவனம் செலுத்த ஒரு கூட்டம் இருக்கும்.

துரை சிங்கம்: எப்படி கண்டு பிடிப்பீங்க?

குப்தா: பேசுறதுலேயே கண்டு பிடிச்சிடுவாரு மிலன் ஜி, அவர் பக்கத்துல 4 கமண்டலம் இருக்கும் அதுல ஒவ்வொன்னுலயும் சிகப்பு, பச்சை, மஞ்சள் & கருப்பு தாயத்து கட்டி இருக்கும். சிகப்பு கமண்டலம் தண்ணிய தன்னை நம்பி வர பெண்ணுக்கு கொடுப்பாரு, ஆதரவற்ற ஆம்பளைக்கு மஞ்சள் நிற கமண்டலம் தண்ணீர், வயசானவங்களுக்கு பச்சை கமண்டலம் தண்ணீர். கடவுள் இல்லைனு சொல்றவங்களுக்கு கருப்பு நிற கமண்டலம். எல்லாத்துலயும் வசிய மருந்து கலந்திருப்போம் அளவளவா.

துரை சிங்கம்: எப்படி கொலை செஞ்சீங்க?.

குப்தா: கருப்பு கமண்டலம் தண்ணீர்ல மெதுவாய் சாக கூடிய விஷம் இருக்கும் அது வேலை செய்ய இரண்டு நாள் ஆகும், அது யாருக்கு கொடுக்கறாங்களோ அவங்களை பின் தொடர்ந்து போகணும் எந்த ஊரு எந்த நாடா இருந்தாலும், அவங்க ஊருக்கு போய் சேர்ந்த அப்புறம் அவங்களை கண்காணிச்சிட்டே இருப்போம். பால், காய்கறி, வெளிலேந்து வர சாப்பாடு இதுல ஏதாவது ஒன்னு வெளியே தான் வாங்குவாங்க அந்த மாதிரி வீட்டுக்கே பொருளை கொடுப்பது போல அவங்க வீட்டுக்கு போயிடுவோம், கொஞ்சம் கொஞ்சமாக பேச்சு கொடுத்து நட்பாக்க பார்ப்போம், அவங்களோடு சேர்ந்து டீ, காபி சாப்பிடும் வரைக்கும் வந்த பிறகு, அவங்க குடிக்கிற காபி

அல்லது டீயில் கொஞ்சம் கொஞ்சமாக விஷத்தை கலப்போம், ஒரு நாள் அவங்க நிச்சியமாக இறந்திருவாங்கன்னு தெரிஞ்சதுக்கு பிறகு நாங்க திரும்பி வருவதற்கான பயணத்திற்கு தயார் ஆவோம். இறந்துட்டாங்கன்னு செய்தி கிடைச்சதும் கிளம்பிடுவோம்.

துரை சிங்கம்: இந்த மாதிரி எத்தனை பேரு கொன்னுருக்கீங்க?

குப்தா: தெரியலை கணக்கு வைக்கிறது இல்லை. மிலன் ஜி யாரை சொல்லுறாரோ அவரை மட்டும் தான் கொல்லுவோம்

துரை சிங்கம்: ஆசிரமத்து உள்ளே எத்தனை கொலை பண்ணிருக்கீங்க.

குப்தா: யார் மிலன்ஜியை எதிர்த்தாலும் அவங்களை கொன்னுட சொல்லுவார்.

துரை சிங்கம்: எத்தனை பொண்ணுங்க இறந்திருக்காங்க?.

குப்தா: பொண்ணுங்களுக்கு வசிய மருந்து ஜாஸ்தியா தருவோம் அவங்க இங்கேயே அடிமையா இருக்க தான் விரும்புவாங்க. தினம் தினம் மிலன்ஜி யாரை இரவு அழைப்பாங்கன்னு காத்திருப்பாங்க. கடவுளோட குழந்தை பெத்துக்கணும்ன்னு துடிப்பாங்க.

துரை சிங்கம்: *Shit!* என்ன கன்றாவிடா நடக்குது, இவனை கடவுளா வேற நினைக்கறாங்க இந்த முட்டாள் மக்கள்.

அவன் சொன்ன வாக்கு மூலத்தை இந்திய அரசுக்கும், மாலே அரசுக்கும் அனுப்பி மிலன் சஜித்தை கைது பண்ண எல்லாவற்றையும் தயார் செய்தார் துரை சிங்கம்.

அடுத்த நாள் காலை, அரசு கைது வாரண்டுடன் மாலே

போலீஸ் உடன் பல படகுகள் மோதூ தீவிற்கு சென்றது.

தீவின் முகவை முதல், மக்கள் கூட்டம் கூட்டமாக இறந்திருந்தனர்.

போலீஸ் படை உள்ளே சென்று தேடியது, தீவு முழுவதும் பிணங்கள் மட்டுமே.தான் போலீஸிடம் சிக்கி கொண்டது தெரிந்து கடவுள் அழைக்கிறார் என்று பக்த கோடிகளை அழைத்து புனித நீர் குடிக்க சொல்லி அந்த நீரில் விஷம் கலந்து எல்லோருக்கும் கொடுத்து விட்டான் மிலன் சஜித்! அவர்களும் கடவுள் கொடுக்கிறார் என்றே குடித்தனர்!!இறுதியாக 3500 மக்களை கொன்று தானும் விஷம் குடித்து தற்கொலை செய்ந்திருந்தான் மிலன் சஜித் என்னும் சாமியார் அரக்கன்!!

அந்த தீவை தடை செய்ய பட்ட தீவாக அறிவித்தது மாலே அரசு.

துரை சிங்கம் மக்களிடம் இது போல் போலி சாமியார்களை நம்பால் இருக்க விழிப்புணர்வு உபதேசம் செய்ய மட்டுமே முடிந்தது. இருந்தாலும் இவை அனைத்தையும் கண்டு பிடித்ததற்காக மேலிடத்தில் அவரை பாராட்டினர்.

கதையாசிரியர் பற்றி.....

நான் அர்விந்த் நாராயணன், சென்னையில் வசிக்கிறேன், தமிழ் மேல் உள்ள ஆர்வத்தில் எழுத தொடங்கினேன், ஒரு பன்னாட்டு நிறுவனத்தில் வேலை பார்த்தபடி சென்ற என் வாழ்க்கையில் சின்ன சின்னதாக எழுத்து என்னை ஆட்கொண்டு மெல்ல எழுத தொடங்கி, ஓய்வு நேரங்களில் இரண்டு வருடம் முன்பு பல பல கதைகளை எழுத தொடங்கினேன்.

அதில் சில கதை தொகுப்புகளை இங்கே வெளியிட்டுள்ளேன். இந்த கதைகளில் பெரும்பாலானவை உண்மை சம்பவத்தை தழுவியோ, கற்பனை கலந்தோ எழுதப்பட்டவை. வாசகர்களாக தங்களின் மேலான விமர்சனங்களே என் போன்ற ஆரம்ப எழுத்தாளனை மேலும் கொண்டு செல்லும்.

கற்பனை, காதல், மர்மம், திகில், நகைச்சுவை என்று இது ஒரு கலவையான கதைகளாவே பதிவிட்டுள்ளேன்.

எனது கதைகள் பிடித்திருந்தால் தகுந்த உரிமம் பெற்று நீங்கள் உபயோகிக்கலாம்.

என் கதை தொகுப்பான "கதைப்போமா-1" புத்தகத்தை படித்துவிட்டு உங்கள் மேலான விமர்சனங்களை எனது ஈமெயில் மூலம் அனுப்பலாம்.

எனது ஈமெயில்: *arvindnarayanan.book@gmail.com*

இப்படிக்கு நன்றியுடன்,
அர்விந்த் நாராயணன்